THẮP NGỌN ĐUỐC HỒNG

THẮP NGỌN ĐUỐC HỒNG

NGUYÊN MINH

NGUYÊN MINH

Thắp ngọn đuốc hồng

NHÀ XUẤT BẢN LIÊN PHẬT HỘI

Thư ngỏ

Trong khoảng vài thập niên vừa qua, sự bùng nổ các phương tiện thông tin trên toàn thế giới, và nhất là trên khắp các thành phố lớn ở Việt Nam ta, đã mang đến những thuận lợi lớn lao thúc đẩy sự tiến bộ vượt bậc trong hầu hết các lãnh vực khoa học, kỹ thuật, công nghệ, giáo dục... Nhưng bên cạnh đó, môi trường phát triển mới cũng đặt ra không ít những khó khăn thách thức, những ưu tư lo ngại về sự phát triển tinh thần của thế hệ trẻ trong tương lai.

Những ưu tư lo ngại này là hoàn toàn có cơ sở thực tế. Như một cơn bão lốc tràn qua, những yếu tố của nền văn minh khoa học kỹ thuật hiện đại đang đe dọa xóa mờ đi hoặc ít nhất cũng là làm lung lay những giá trị đạo đức, tâm linh trong cội nguồn văn hoá dân tộc. Điều này đặc biệt đáng lo ngại đối với lớp trẻ, bởi các em như những cây non còn chưa đủ thời gian để bám rễ sâu vững vào lòng đất mẹ, chưa đủ thời gian để cảm nhận và tiếp nhận đầy đủ những giá trị tinh hoa từ truyền thống lâu đời do tổ tiên truyền lại, mà đã phải tiếp xúc quá nhiều, quá sớm với những giá trị văn hoá ngoại lai. Mặc dù phần lớn trong đó có những giá trị tích cực trong việc thúc đẩy sự phát triển xã hội về mặt kinh tế, khoa học, kỹ thuật, công nghệ... nhưng cũng có không ít các yếu tố độc hại đối với tâm hồn non trẻ của lớp thanh thiếu niên trong độ tuổi mới lớn.

Sự độc hại này không phải do nhận xét chủ quan hay bảo thủ của thế hệ cha anh, mà là một thực tế hiển nhiên vẫn tồn tại từ Đông sang Tây, ở bất cứ xã hội, đất nước nào mà nền văn minh công nghiệp hiện đại phát triển mạnh. Nó được biểu hiện cụ thể qua những số liệu đáng lo ngại về tỷ lệ cao và rất cao của những vụ phạm pháp vị thành niên, có thai và phá thai ở độ tuổi rất sớm, hay những vụ ly hôn không lâu sau ngày cưới... và đi xa hơn nữa là nghiện rượu, là hút, chích ma tuý, rồi dẫn đến trộm cướp, tự tử...

Tất cả những điều đó không phải gì khác hơn mà chính là biểu hiện của sự thiếu vắng các giá trị tinh thần, các giá trị tâm linh vốn là cội nguồn của đạo đức, của văn hoá dân tộc. Các nhà giáo dục, các vị lãnh đạo của chúng ta hẳn đã sớm nhận ra điều này và đã có những hành động tích cực, đúng đắn qua hàng loạt các phong trào "về nguồn" cũng như khuyến khích việc xây dựng một nền văn hoá mới "đậm đà bản sắc dân tộc"...

Những gì chúng ta đã làm là đúng nhưng chưa đủ. Trong bối cảnh thực tế, các bậc cha mẹ, thầy cô giáo... đang dần dần phải bó tay trong việc quản lý con em mình. Những tụ điểm ăn chơi, tệ nạn xã hội dường như lúc nào cũng đang rình rập, và cuối cùng là sự bùng nổ của phương tiện truyền thông, chỉ cần ngồi trước máy tính là các em có thể dễ dàng tiếp xúc với "đủ thứ trên đời" mà không một con người đạo đức nào có thể tưởng tượng ra nổi! Ở mức độ nhẹ nhất cũng là những cuộc tán gẫu (chat) hàng giờ vô bổ trên máy tính, những "chuyện tình" lãng mạn của các cô cậu nhí chưa quá tuổi 15! Và hậu quả không tránh khỏi tất nhiên là năng lực học tập sút giảm, các thói quen xấu hình thành... và hàng trăm sự việc không mong muốn cũng đều bắt đầu từ đó...

Xã hội hoá giáo dục là cách duy nhất mà chúng ta có thể làm để đối phó với thực trạng phức tạp này. Và chúng ta đã bắt đầu làm điều đó từ nhiều năm qua. Vấn đề chúng tôi muốn đề cập ở đây là một sự mở rộng hơn nữa khái niệm "xã hội hoá" và các hình thức giáo dục, trực tiếp cũng như gián tiếp. Một trong những việc làm thiết thực nhất để góp phần vào việc này có thể là cố gắng bồi dưỡng, hướng dẫn đời sống tinh thần cũng như vun bồi những giá trị đạo đức vốn có của dân tộc cho các em.

Việc bảo vệ đời sống tinh thần cho con em chúng ta là trách nhiệm chung của tất cả mọi người, vì thế chúng tôi thiết nghĩ là tất cả các bậc phụ huynh đều phải tích cực tham gia, tất cả các ngành, các giới... đều phải tích cực tham gia, và hãy tham gia một cách cụ thể bằng những việc làm cụ thể.

Xuất phát từ những suy nghĩ và nhận thức như trên, Nhà sách Quang Minh chúng tôi đã hết sức vui mừng khi nhận được lời đề nghị của một nhóm các anh em nhân sĩ trí thức Phật giáo về việc hợp tác mở một tủ sách với chủ đề hướng dẫn đời sống tinh thần. Chúng tôi đã đồng ý với nhau sẽ cố gắng duy trì loạt sách này đến khi nào mà chúng tôi còn nhận được sự ủng hộ từ độc giả, cho dù khả năng thu lợi nhuận từ một tủ sách như thế này có thể là rất thấp.

Qua nhiều thế kỷ tồn tại và phát triển, song hành với biết bao giai đoạn thăng trầm trong lịch sử đất nước, Phật giáo là tôn giáo lớn nhất và cổ xưa nhất của dân tộc ta, luôn nêu cao những chuẩn mực đạo đức, tín ngưỡng truyền thống của dân tộc. Chính vì vậy, mỗi giá trị tinh thần của Phật giáo đều đã trở thành di sản quý giá chung của toàn dân tộc.

Tủ sách này của chúng tôi sẽ được mang một tên chung là "RỘNG MỞ TÂM HỒN", và nhắm đến việc cung cấp những hiểu biết cơ bản về Phật giáo trên tinh thần vận dụng một cách thiết thực vào chính cuộc sống hằng ngày. Thiết nghĩ, khi có được những giá trị tinh thần này, chúng ta sẽ như những cây xanh có cội nguồn, có gốc rễ vững chắc, và sẽ không dễ gì bị lung lay, xâm hại bởi những yếu tố tiêu cực trong văn hoá ngoại lai. Hơn thế nữa, chúng ta sẽ có thể tạo lập một đời sống tinh thần tốt đẹp hơn, vững chãi hơn giữa cuộc sống bon chen tất bật này.

Hy vọng đây sẽ là loạt sách bổ ích cho bất cứ ai muốn tìm hiểu về văn hoá Phật giáo, và thông qua đó cũng là hiểu được phần lớn cội nguồn văn hoá dân tộc. Mặc dù mục đích chính là nhắm đến việc hướng dẫn đời sống tinh thần cho lớp trẻ, chúng tôi vẫn hy vọng là loạt sách cũng góp phần củng cố những giá trị văn hoá đạo đức nói chung. Và như vậy, mục tiêu đề ra có thể là quá lớn so với trình độ và khả năng hiện có của chúng tôi. Vì thế, chúng tôi xin chân thành đón nhận mọi sự góp ý xây dựng cũng như những lời chỉ giáo từ quý vị độc giả cao minh, để nội dung loạt sách sẽ ngày càng hoàn thiện hơn. Chúng tôi cũng sẽ rất vui mừng được đón nhận sự hợp tác của bất cứ tác giả nào có tác phẩm về chủ đề này. Quý vị có thể liên lạc qua thư từ hoặc trực tiếp tại địa chỉ: Nhà sách Quang Bình, số 416 đường Nguyễn Thị Minh Khai, phường 5, quận 3, thành phố Hồ Chí Minh, hoặc điện thoại số: (08) 3832 2386, hoặc qua địa chỉ email: admin@huongtrang.net

NHÀ SÁCH QUANG BÌNH

Công ty Văn hoá Hương Trang

Thay lời tựa

Một buổi sáng thức dậy, băn khoăn nghe tiếng chim rất lạ. Mỗi một nụ cười, ánh mắt, bước chân đi cũng dường như thay đổi. Lòng dạt dào những cảm xúc khó tả, và nghĩ đến điều gì cũng thấy như mình đã hiểu biết rất nhiều hơn. Ô hay, mình đã lớn!

Này người bạn trẻ! Cách đây hơn hai mươi năm, tôi cũng đã có một buổi sáng như thế, hay nói đúng hơn là tương tự như thế. Và vì thế, tôi có thể hiểu được phần nào những gì mà bạn đang cảm nhận. Buổi sáng của bạn có thể đến sau kỳ thi tốt nghiệp, hoặc sau ngày nhận giấy báo vào đại học, hay cũng có thể là vì mới hôm qua đây thôi, bạn vừa tự mình hoàn tất được một công việc nào đó "vô cùng quan trọng"...

Vâng, mỗi chúng ta đều trải qua một khoảng giao thời giữa tuổi thơ và sự trưởng thành. Có thể bạn vẫn còn ít nhiều băn khoăn tiếc rẻ những ngày vô tư của tuổi ấu thơ, với những câu nói, tiếng cười được tuôn ra không cần phải đắn đo, cân nhắc... Nhưng bạn cũng đầy nôn nao, háo hức trong tâm trạng muốn dấn thân vào những điều chưa biết, muốn tự mình khám phá cả thế giới đang trải ra trước mắt, cái thế giới mà từ trước đến nay bạn luôn bị ngăn cấm không được bước chân vào, chỉ vì chẳng có ai chịu xem bạn là "người lớn" cả!

Thế rồi, cuối cùng bạn cũng đã trưởng thành! Cuối cùng bạn cũng đã được mời gọi bước chân vào "thế giới của người lớn"! Này người bạn trẻ, tôi và bạn có thể đều giống nhau ở ngưỡng cửa này, nhưng vẫn có những khác biệt nhất định về những gì mà chúng ta mang theo trong cuộc dấn thân của mình. Hơn thế nữa, thế giới cũng đã đổi thay nhiều sau hai, ba mươi năm... Và càng khác lạ biết bao so với một, hai thế kỷ trước đây, cho đến so với thuở ban sơ mà dân tộc ta đang gầy dựng và hình thành một nền văn hóa Đại Việt...

Nhưng tất cả không có gì qua đi mà không để lại những âm vang nhất định. Tôi nhớ là đã nhận được rất nhiều từ những người đi trước, nhiều đến nỗi bản thân tôi cũng chưa bao giờ thử làm công việc đo đếm xem mình đã nhận được những gì. Mặc dù vậy, trong mỗi ý tưởng, lời nói hay việc làm của mình, tôi luôn cảm nhận được dấu ấn của những thế hệ cha anh cho đến những bậc tiền bối của dân tộc từ muôn đời trước... Không có những vốn liếng quý giá ấy, tôi tự thấy mình sẽ chẳng là gì cả, thậm chí sẽ chẳng có chút giá trị nào đáng để tự nhắc đến mình.

Nhưng này người bạn trẻ, tôi sẽ "bật mí" với bạn một điều bí mật. Tất cả những gì vừa nói, tôi đã không hề hiểu biết được khi đang ở ngưỡng cửa vào đời. Lúc ấy, thú thật là tôi đã tự thấy mình quan trọng quá, cao ngạo quá, đến nỗi tôi từ chối không muốn nhận bất cứ điều gì mà những người lớn tuổi "bảo thủ và lạc hậu" muốn trân trọng trao tặng. Điều may mắn nhất trong đời tôi là đã gặp được những người "cực kỳ bảo thủ", và vì thế họ không nản lòng trong việc bám theo tôi "dai như đỉa", để rồi cuối cùng cũng san sớt được cho tôi tất cả những gì họ có.

Vâng, sự thật là tôi đã nhận được tất cả những vốn liếng của đời mình trong những hoàn cảnh mà bản thân tôi không nhiệt tình mong muốn. Và chính điều đó đã trở thành một kinh nghiệm quý giá của riêng tôi, giúp tôi có thể trở nên gần gũi hơn với hầu hết các thế hệ học trò của mình. Tôi hiểu các em nhiều hơn là những người đi trước đã hiểu tôi!

Và giờ đây, trong một chừng mực nào đó, có thể nói là tôi đã cố gắng "đóng gói" những món quà của mình để người nhận có thể vui lòng nhận lấy. Tuy nhiên, tôi cũng không loại trừ khả năng là bạn có thể từ chối. Điều đó không sao đâu, người bạn trẻ, vì tôi đã đóng gói các món quà cho bạn, nên bạn có thể cất giữ chúng cho đến một lúc nào thuận tiện thì hãy mở ra xem. Tôi hoàn toàn tin chắc là sẽ có những lúc "thuận tiện" ấy, cũng như tin chắc là rồi bạn sẽ thích chúng...

Này người bạn trẻ, tập sách mỏng này cũng là một trong những cách "đóng gói" của tôi. Trong đó có nhiều món quà mà tôi muốn trao tặng bạn. Tôi hy vọng là sẽ có những lúc thuận tiện để bạn mở ra xem.

Thân ái

Nguyên Minh

Giấc mơ Phù Đổng

Ngày xưa, xưa lắm rồi, vào thời vua Hùng thứ 6 của nước ta, giặc Ân từ phương Bắc kéo sang xâm chiếm. Nhà vua lấy làm lo lắng, liền sai sứ đi truyền rao trong khắp chốn dân gian để tìm người hiền tài đứng ra dẹp giặc.

Bấy giờ, tại làng Phù Đổng thuộc huyện Tiên Du, phủ Từ Sơn, đạo Kinh Bắc, có vợ chồng ông Hàn Cẩn là người giàu có. Bà vợ là người họ Phạm, tuy đã lớn tuổi mà chưa từng sinh nở, nên hai vợ chồng vẫn phải sống trong cảnh cô độc không con cái. Họ thường hết sức làm việc thiện, cứu giúp những người nghèo khổ, lòng chỉ cầu mong sao có được một mụn con nối dõi.

Rồi tấm lòng thành của ông bà cũng cảm động đến tận trời xanh. Bà có thai và đến ngày mồng 8 tháng 4 năm Nhâm Dần thì hạ sinh một bé trai kháu khỉnh. Sau đó một năm thì ông Hàn Cẩn qua đời.[1]

Cậu bé lớn dần lên, dung mạo khôi ngô tuấn tú, nhưng được ba tuổi rồi mà vẫn chưa từng mở miệng nói ra tiếng nào. Mọi người đều lo lắng, nghĩ rằng cậu hẳn phải chịu câm đến suốt đời.

---

[1] Thần tích Phù Đổng Thiên Vương do Lễ bộ Thượng Thư Nguyễn Bính soạn năm Hồng Phúc thứ nhất (1572) - Dẫn theo Lễ hội Việt Nam, PGS Lê Trung Vũ, Nxb Văn hóa Thông tin.

Ngờ đâu, ngày kia khi sứ giả vua Hùng đi ngang làng Phù Đổng truyền rao hịch cầu hiền thì cậu bỗng nhoẻn miệng cười và gọi mẹ, hãy ra mời sứ giả vào. Bà mẹ nửa mừng nửa sợ, trong lòng kinh ngạc khôn xiết nhưng cũng nghe lời cậu đi ra mời sứ giả. Bấy giờ, cậu bé liền bảo sứ giả về tâu lên vua hãy đúc ngay một con ngựa sắt thật lớn, rèn một cây roi sắt và một bộ giáp sắt. Khi nào mang đủ tất cả đến làng thì cậu sẽ tình nguyện lên đường dẹp giặc.

Sứ giả về tâu lại, vua Hùng mừng rỡ truyền y theo lời, không bao lâu mang đủ ngựa sắt, roi sắt và giáp sắt đến làng Phù Đổng.

Khi ấy, cậu bé liền xin mẹ nấu cho mình ba nong cơm lớn. Bà mẹ bấy giờ gia cảnh đã sa sút, liền đi nói với người làng. Dân làng vui vẻ cùng nhau mang gạo và thức ăn đến góp. Cơm đã dọn ra, cậu ngồi vào ăn một hơi hết sạch cả 3 nong cơm lớn. Xong, cậu đến bên con ngựa sắt, vươn vai một cái bỗng trở nên cao lớn lạ thường, rồi mặc giáp sắt, cầm roi sắt nhảy ngay lên lưng ngựa. Ngựa sắt bỗng hí vang rồi tung vó phóng đi, miệng phun ra những đám lửa cuồn cuộn sáng rực.

Cậu trai Phù Đổng kéo quân đến đâu, giặc tan đến đó. Trong lúc hăng say đánh giặc, roi sắt bỗng bị gãy, cậu liền thuận tay nhổ cả bụi tre bên đường mà quất vào quân giặc. Quân ta dũng mãnh, chẳng mấy chốc đã đuổi sạch kẻ thù xâm lược ra khỏi bờ cõi.

Giặc tan, cậu phi ngựa thẳng lên ngọn núi Ninh

Sóc, rồi từ đó bay thẳng lên trời, chẳng ai còn thấy nữa.

Nhân dân nhớ ơn dẹp giặc nên lập đền thờ phụng, hằng năm lễ cúng. Vua ban sắc phong là Phù Đổng Thiên Vương.

Làng Phù Đổng vốn có tên Nôm là làng Gióng, nên nhân dân cũng thường gọi là ông Gióng hay Thánh Gióng.

Câu chuyện hào hùng về Thánh Gióng được lưu truyền mãi mãi trong lòng người dân Việt, cho dù đã phải trải qua không ít những thời kỳ cơ cực dưới ách ngoại xâm, và dân ta khi ấy chẳng mấy ai biết đọc biết viết. Nhưng chỉ cần ở đâu còn có người Việt là ở đó câu chuyện Thánh Gióng vẫn còn được kể. Và điều thú vị ở đây là người kể cũng như người nghe đều cảm thấy hứng khởi và tự hào với tất cả những tình tiết oai hùng, kì vĩ trong câu chuyện, bởi ai cũng cảm nhận được sợi dây vô hình liên kết giữa nhân vật trong chuyện với chính bản thân mình và với cả dân tộc Việt, cho dù là đã trải qua bao nhiêu năm tháng.

Niềm tự hào chính đáng ấy đã gieo cấy và làm nảy nở trong lòng dân Việt một giấc mơ vượt qua mọi thời đại. Từ thuở rồng vàng bay lên trên đất Thăng Long, cho đến lúc vua Lê trả gươm thần trên mặt hồ Gươm Hà Nội... Từ thuở những con sóng Bạch Đằng giận dữ nhấn chìm bao thuyền giặc ngoại xâm, cho đến chiến thắng Đống Đa hào khí ngất trời làm cho gần ba mươi vạn quân Thanh kinh hồn bạt vía... Qua bao nhiêu thăng trầm lịch sử, mỗi người dân Việt đều ôm ấp trong lòng một giấc mơ chung nảy sinh từ hình ảnh người anh hùng làng Gióng năm xưa...

Này người bạn trẻ, vì thế tôi có thể đoan chắc với bạn một điều là, cho dù bạn có nhận biết hay không, trong lòng bạn vẫn không thể thiếu vắng giấc mơ chung ấy. Và bạn ơi, tôi rất thích gọi tên giấc mơ ấy là giấc mơ Phù Đổng.

Giấc mơ Phù Đổng là niềm tự hào dân tộc, nó làm cho ta có cảm giác hài lòng và thấy mình thật may mắn được sinh ra làm người dân Việt. Và niềm tự hào ấy luôn thôi thúc ta vươn cao, vươn xa hơn nữa, để "sánh vai cùng các cường quốc năm châu". Nhưng không chỉ có thế, ngay trong cuộc sống hằng ngày nó cũng không bao giờ cho phép chúng ta chấp nhận những điều kiện yếu kém hiện tại, mà phải luôn có một sức phấn đấu học hỏi ngày càng vươn lên.

Vì thế, giấc mơ Phù Đổng cũng là khát vọng vươn lên ngang tầm thế kỷ, học hỏi và bắt kịp mọi tri thức thời đại để đưa dân tộc tiến lên ngang hàng với bạn bè khắp nơi trên thế giới.

Nhưng giấc mơ Phù Đổng không hướng ta đến sự lớn mạnh để rồi lấn áp hay khống chế những ai còn yếu kém. Những trang sử bi thương của dân tộc trong thời kỳ sống dưới ách ngoại xâm đã cho ta sự đồng cảm sâu sắc với những thiệt thòi của các quốc gia "nhược tiểu". Vì thế, chúng ta luôn mong muốn được sống trong một thế giới hòa bình và tôn trọng lẫn nhau, ngay cả những cường quốc hùng mạnh nhất cũng biết tôn trọng những quốc gia yếu kém hoặc nhỏ bé nhất.

Trong giấc mơ của chúng ta, một Việt Nam ngày mai dù có hùng mạnh nhất nhì trên thế giới cũng vẫn luôn duy trì tình thân hữu với những bạn bè tự thuở hàn vi, cũng vẫn luôn mong muốn được đưa tay ra nâng đỡ và dìu dắt tất cả những ai còn yếu kém, vấp ngã...

Và trong giấc mơ của chúng ta, tất cả các nước trên thế giới sẽ cùng nắm tay nhau quây quần thân ái, san sẻ cho nhau những giá trị tinh thần cũng như vật chất, học hỏi lẫn nhau những giá trị tích cực trong các nền văn hóa khác nhau...

Đến đây, cũng có thể bạn sẽ muốn ngắt lời tôi để đặt ra câu hỏi: "Vâng, những điều anh vừa nói quả là thú vị lắm, nhưng nào tôi có thấy cái giấc mơ Phù Đổng nào đó trong lòng tôi đâu?"

Vâng, như tôi đã nói, cái giấc mơ Phù Đổng ấy cũng có đôi khi chúng ta không tự mình nhận biết, nhưng điều đó không có nghĩa là nó không hiện hữu. Sở dĩ tôi tin chắc rằng tôi và bạn đều có chung một giấc mơ như thế là bởi vì chúng ta đều là dân Việt, đều có chung những cảm xúc tự hào khi nghe kể câu chuyện Phù Đổng Thiên Vương, và cũng đều có lần muốn vươn vai đứng dậy như người anh hùng làng Gióng năm xưa... Cái tiềm thức dân tộc sâu xa ấy, bạn ơi, nó ăn sâu vào tận trong tâm khảm chúng ta, được truyền lại từ những thế hệ cha ông xa mù xa tấp mà quả thật ngày nay có nhiều bạn trẻ không mấy khi có thời gian để ngồi nhớ đến.

Nhưng cho dù vậy, tất cả cũng không phải chỉ là những điều mơ hồ khó nắm bắt. Và tôi cũng đã tìm được một bằng chứng rất cụ thể để chỉ ra sự biểu lộ của giấc mơ Phù Đổng trong lòng bạn. Này nhé, mới hôm trước đây thôi, tôi đã nhìn thấy bạn trên khán đài của vận động trường, tay cầm lá cờ tổ quốc và hò reo cổ vũ một cách cuồng nhiệt cùng với hàng trăm, hàng ngàn bạn trẻ khác, khi đội Việt Nam đang thi đấu dưới sân... Bạn sẽ không nói với tôi đó chỉ là tinh thần thể thao đấy chứ?

Nhưng thôi, chúng ta không cần phải mất thêm thời gian để bàn cãi về chuyện ấy. Nếu như bạn vẫn cứ khăng khăng cho rằng không hề thấy có bóng dáng của giấc mơ Phù Đổng trong lòng bạn, thì có lẽ cũng đã đến lúc bạn cần phải nuôi dưỡng một giấc mơ như thế.

Này người bạn trẻ, bây giờ hãy để tôi kể cho bạn nghe đôi điều về giấc mơ Phù Đổng của chính tôi, hay nói đúng hơn là của chúng tôi, những người đã sinh ra trước bạn hai, ba mươi năm hoặc có thể là nhiều hơn nữa...

Chúng ta thường tự hào về một đất nước với truyền thống hơn bốn ngàn năm văn hiến. Điều đó không chỉ dựa vào những truyền tích được kể cho nhau nghe về con Hồng cháu Lạc, về mẹ Âu Cơ với một bọc trăm trứng... mà đã có những chứng tích cụ thể như trống đồng Đông Sơn với độ tuổi tương ứng, cho thấy trình độ văn hóa và tổ chức xã hội của dân tộc ta từ thuở các vua Hùng dựng nước đã đạt được những thành tựu nhất định. Nhiều nhà nghiên cứu lạc quan còn đưa ra giả thuyết về một loại chữ viết của dân tộc Việt có thể đã hình thành từ thuở ấy nhưng về sau không còn giữ được...

Trên chặng đường dằng dặc bốn ngàn năm ấy, chúng ta đã trải qua không ít những thăng trầm, vinh nhục, những khổ đau tăm tối và những huy hoàng rực rỡ... Từ trong khổ đau tận cùng của những ngày nô lệ đã sản sinh biết bao anh hùng hào kiệt, viết nên biết bao trang sử hào hùng cho dân tộc, từ Hai Bà Trưng cho đến Bà Triệu, từ Lý Nam Đế cho đến Vạn Thắng Vương, từ Lê Đại Hành cho đến Lê Lợi... và còn biết bao anh hùng vì nước quên thân mà ngày nay chúng ta không thể nào biết hết được tên tuổi. Tất cả những anh hùng dân tộc ấy, trong suốt tuổi thơ của mình đều đã trải qua những cơ cực lầm than của người dân mất nước, đều ôm ấp một giấc mơ Phù Đổng và đồng cảm sâu sắc với nỗi khổ đau của toàn dân tộc, nên một khi đã vươn vai đứng dậy như Thánh Gióng năm xưa thì không một sức mạnh nào có thể ngăn cản nổi!

Rồi đất nước cũng có những lúc trời quang mây tạnh, lịch sử dân tộc ta cũng có không ít những trang huy hoàng rực rỡ, những giai đoạn hình thành và bồi đắp một nền văn hóa Đại Việt với những bản sắc rất riêng và đầy tự hào... Nền văn hóa ấy, như đã nói, được bắt nguồn từ thuở xa xưa cho đến những ngày thái bình thịnh trị trong thời dựng nước của 18 vua

Hùng, từ thuở quân dân Đại Việt ném vũ khí để cùng nhau xây dựng kinh đô Thăng Long vào những ngày đầu thiên niên kỷ trước cho đến ngày Quang Trung Nguyễn Huệ áo bào chưa phai mùi thuốc súng đã hô hào khuyến khích việc sử dụng chữ Nôm...

Nền văn hóa ấy không chỉ là những giá trị phi vật thể vẫn luôn tiềm ẩn trong tinh thần dân tộc, nó còn được biểu hiện qua nếp sinh hoạt văn hóa của dân ta ngày một đổi khác nâng cao, với những tuồng tích ngộ nghĩnh và thú vị trong múa rối nước mà không thể tìm đâu ra trên khắp thế giới này, với những nội dung đầy lôi cuốn và cảm động trong tuồng chèo, hát nói, cho đến đậm đà, sâu sắc trong những áng thơ văn đến nay còn truyền lại... Nền văn hóa ấy cũng để lại chùa Một Cột (Hà Nội) với chuông Quy Điền nặng khoảng 7,2 tấn (tiếc rằng nay đã mất), chùa Phổ Minh (Nam Định) với đỉnh đồng nặng trên 7 tấn, tháp Báo Thiên cao đến 70m, chùa Quỳnh Lâm (Quảng Ninh) với tượng Phật Di Lặc đúc bằng đồng cao trên 20m, cùng hàng trăm, hàng ngàn chùa, tháp, đền, miếu... rải rác khắp nơi. Và bao trùm lên tất cả, gần gũi hơn tất cả là kho tàng ca dao, tục ngữ, dân ca và truyện cổ được gìn giữ, lưu truyền khắp mọi miền đất nước...

Này người bạn trẻ, mỗi một giá trị văn hóa được hình thành qua từng thời đại ấy đều nảy sinh từ khát vọng vươn lên của từng người dân Việt. Và đó không phải gì khác hơn là giấc mơ chung mà tôi đã nói cùng với bạn.

Và điều tất nhiên là mỗi chúng ta cũng có những giấc mơ của riêng mình để ôm ấp, theo đuổi... Nhưng cho dù là riêng hay chung, mỗi một giấc mơ đẹp bao giờ cũng hàm chứa trong nó hai khía cạnh: hướng vào tự thân và hướng về ngoại cảnh.

Khi bạn ôm ấp giấc mơ trở thành một bác sĩ giỏi, bạn cũng sẽ đồng thời mơ ước có một bệnh viện lớn với tất cả những trang thiết bị hiện đại nhất thế giới ngay trên đất nước này để bạn có thể làm việc hết mình trong đó. Khi giấc mơ của bạn là trở thành một phi hành gia lỗi lạc, bạn cũng sẽ đồng thời mơ ước Việt Nam có một trung tâm không gian ngang tầm thế giới để bạn có thể từ đó thực hiện những chuyến bay vào không gian, thám hiểm vũ trụ...

Nếu không có những mơ ước hướng về điều kiện ngoại cảnh kèm theo như thế, thì bạn ơi, giấc mơ của bạn sẽ chỉ là một giấc mơ nghèo nàn, đơn điệu! Bạn làm sao có thể vui được nếu như tự thân mình trở thành một bác sĩ rất giỏi nhưng phải làm việc trong những bệnh viện chật hẹp và thiếu thốn trang thiết bị, hay phải "lưu vong" nơi đất khách quê người để có điều kiện phát triển tài năng? Bạn làm sao có thể vui được nếu như tự thân mình trở thành một phi hành gia lỗi lạc nhưng điểm xuất phát đi vào vũ trụ lại là một đất nước xa lắc xa lơ, và những người đến tiễn chân bạn đều là xa lạ, trong khi những người thân thiết nhất chỉ có thể nhìn thấy bạn qua màn ảnh nhỏ, thậm chí không thể có được một buổi tiệc tiễn đưa trước giờ phút quan trọng mà bạn sắp ghi tên mình vào lịch sử?

Giấc mơ Phù Đổng của chúng ta là một giấc mơ đẹp, vì thế nó cũng hàm chứa trong đó ước mơ hướng về tự thân và ước mơ hướng về ngoại cảnh. Về mặt tự thân, mỗi chúng ta đều mơ ước có được một lần vươn vai đứng dậy trở thành người khổng lồ vạm vỡ như cậu bé làng Gióng năm xưa, nhưng kèm theo đó, về mặt ngoại cảnh chúng ta cũng mơ ước có được ngựa sắt dũng mãnh để có thể phá tan được giặc Ân xâm lược, rồi cưỡi ngựa sắt bay vút lên trên bầu trời xanh thanh bình của đất nước.

Giấc mơ Phù Đổng là một giấc mơ đã được "thánh hóa", vì thế nó bao hàm tất cả mọi giấc mơ riêng tư của mỗi chúng ta. Nếu bạn mơ ước trở thành một bác sĩ giỏi nhất thế giới, thì đó phải là giây phút vươn vai đứng dậy hóa thành khổng lồ của bạn, vì bạn biết rõ là có đến hàng triệu người trên thế giới này cũng ước mơ như thế nhưng không phải ai cũng có thể làm được. Nếu bạn mơ ước trở thành một phi hành gia lỗi lạc, thì đó cũng chính là sự vươn vai đứng dậy hóa thành khổng lồ của bạn, bởi vì không như thế thì bạn không thể vượt lên trên hàng triệu người khác cũng ước mơ như bạn...

Giấc mơ Phù Đổng là một giấc mơ làm nên kỳ tích. Hoàn cảnh lịch sử đã bắt buộc dân tộc ta nếu muốn sống còn và bảo vệ được chủ quyền thì chỉ có một con đường duy nhất là làm nên kỳ tích. Giấc mơ Phù Đổng thể hiện rõ đặc điểm lịch sử ấy, nên hình tượng Thánh Gióng chỉ có thể ngay tức thời vươn vai đứng dậy hóa thành khổng lồ, chứ không thể lớn dần lên theo năm tháng như những người anh hùng bình thường khác. Và sức mạnh của Thánh Gióng chỉ có thể là sức mạnh của một thiên vương oai hùng, với ngựa sắt dũng mãnh phun lửa cuồn cuộn, chứ không thể mô tả theo những giới hạn trong phạm vi sức mạnh của con người... Bởi vì, nếu không như thế thì không thể phá tan được "giặc Ân" vốn bao giờ cũng đông đảo và mạnh bạo hơn quân ta rất nhiều lần...

Khi hai võ sĩ có sức lực và tài nghệ ngang nhau, họ có thể so kè nhau từng thế võ để phân thắng bại. Nhưng khi sự chênh lệch giữa đôi bên là quá lớn, thì đấu thủ nhỏ bé, yếu kém hơn nhiều chỉ có thể giành được chiến thắng bằng một "tuyệt chiêu xuất thần", bằng một sự "vươn vai đứng dậy" mà đối phương không sao ngờ được...

Hai Bà Trưng đã một lần vươn vai đứng dậy như thế, quét sạch quân thù ra khỏi 60 thành trì của đất nước chỉ trong một mùa xuân năm 40, đuổi Tô Định chạy thoát thân về nước.

Ngô Quyền cũng đã một lần vươn vai đứng dậy như thế, phá tan quân Nam Hán trên sông Bạch Đằng vào năm 938, làm cho tướng giặc là Hoằng Tháo phải chết đuối, đuổi tàn quân của giặc chạy thoát thân về nước.

Hưng Đạo Vương cũng đã một lần vươn vai đứng dậy vào cuối mùa xuân năm 1288, phá tan đại quân Nguyên Mông trên sông Bạch Đằng lịch sử, chỉ trong một trận thu lấy hơn 400 chiến thuyền của giặc, bắt sống tướng giặc là Ô Mã Nhi và Tích Lệ Cơ...

Những đạo quân xâm lược đã từng kéo đến nước ta đều là những "ông khổng lồ hung hãn" mà một dân tộc nhỏ bé, yêu chuộng hòa bình như chúng ta, như cậu bé làng Gióng hiền lành, không phải là đối thủ cân xứng. Và vì thế, chúng ta không còn cách nào khác hơn là phải vươn vai đứng dậy hóa thành khổng lồ, như cậu bé làng Gióng đã vươn vai đứng dậy hóa thành khổng lồ, để làm nên kỳ tích là đánh đuổi quân giặc hung bạo ra khỏi biên thùy đất nước...

Lịch sử bảo vệ đất nước của dân tộc ta là một sự tiếp nối và lặp lại những lần vươn vai đứng dậy làm nên kỳ tích như thế. Đạo quân xâm lược Mông Cổ đã từng chinh phục khắp nơi chưa từng biết mùi thất bại, chúng đi đến đâu thì dù một ngọn cỏ cũng không còn mọc thẳng. Diệt được nhà Tống rồi cai trị đất nước Trung Hoa rộng lớn trong vòng 88 năm, đủ thấy sức mạnh quân sự của chúng là như thế nào!

Nhưng quân dân nhà Trần đã ba lần liên tiếp vươn vai đứng dậy để đánh thắng một đội quân hùng mạnh như thế. Kỳ tích ấy quả thật đã vượt ra khỏi sức tưởng tượng của quân giặc khi xâm chiếm đất nước nhỏ bé này.

Nghĩa quân Lam Sơn khởi binh nơi một vùng rừng núi hoang vu, từ lương thực đến quân cụ đều thiếu thốn, vậy mà mười năm sau đã đánh cho quân Minh tan tác, buộc chúng phải chịu nghị hòa để có thể yên thân về nước. Kỳ tích ấy cũng không phải là chuyện mà vua tôi nhà Minh có thể nghĩ đến.

Cho đến người anh hùng áo vải Tây Sơn, chỉ một

lần vươn vai đứng dậy thành Hoàng đế Quang Trung đã đập tan gần ba mươi vạn quân Thanh. Kỳ tích ấy vẫn còn làm cho tất cả chúng ta tự hào khi nhắc đến. Và còn biết bao kỳ tích khác mà có lẽ chúng ta sẽ không sao kể hết...

Nhưng tất cả những điều ấy không chỉ mang lại cho chúng ta một sự tự hào về quá khứ. Trong thực tế, đó là sự đào luyện con người Việt luôn khát khao lập nên kỳ tích, mà theo cách nói thông thường hơn là những con người nuôi hoài bão lớn. Sự thật là ngày nay chúng ta cũng có không ít người lập nên kỳ tích, và tôi muốn tạm nhường lời ở đây để mỗi bạn trẻ chúng ta có thể tự tìm thấy những kỳ tích ấy trong cuộc sống quanh mình...

Này người bạn trẻ, tôi muốn nói với bạn rằng điều may mắn lớn nhất của mỗi chúng ta là được sinh ra vào một thời đại mà đất nước đã sạch bóng quân xâm lược. Bởi vì, mặc dù dân tộc ta luôn yêu chuộng hòa bình, nhưng thật trớ trêu là lịch sử đất nước lại đầy rẫy những cuộc chiến tranh tiếp nối nhau!

Vì thế, giấc mơ của chúng ta ngày nay không còn nung nấu bởi những ngày cơ cực của người dân mất nước, mà đã mang màu sắc mới của một cuộc sống văn minh và thịnh vượng.

Chúng ta không cần phải ước mơ "phá tan giặc Ân" như cậu bé làng Gióng năm xưa, mà hãy ước mơ có thể làm thật nhiều điều để dựng xây đất nước giàu mạnh, văn minh và hiện đại.

Chúng ta không cần phải ước mơ vươn vai đứng dậy hóa thành khổng lồ để phá tan quân giặc, mà hãy ước mơ trở thành những nhân tài, những học giả, những kỹ sư, những nhà giáo... có thể đóng góp thật nhiều cho đất nước thân yêu.

Giấc mơ của chúng ta hướng về tự thân để thôi thúc ta luôn học hỏi, phấn đấu, và nỗ lực vươn lên hoàn thiện bản thân mình. Và hình ảnh Thánh Gióng năm xưa giúp ta có thể trở nên mạnh mẽ, tự tin và táo bạo hơn với những ước mơ của mình, ngay trong những hoàn cảnh khó khăn nhất. Một trong những học trò của tôi trước đây đã không dám nghĩ đến việc học hết phổ thông vì gia đình em quá nghèo và đông anh em. Tôi đã khuyên em nuôi dưỡng một giấc mơ Phù Đổng, và đồng thời cũng tiếp sức cho em trong những điều kiện có thể được... Trong lần về thăm tôi hồi đầu năm, em đã cho tôi biết là sắp tốt nghiệp đại học trong năm này. Tôi hết sức vui mừng trước sự vươn vai đứng dậy của em, và hy vọng là nhờ đó mà những đứa em còn lại trong gia đình nghèo ấy sẽ có thể tiếp tục nuôi dưỡng một giấc mơ Phù Đổng trong điều kiện dễ dàng hơn...

Giấc mơ của chúng ta cũng hướng về ngoại cảnh để ước mơ một tương lai đất nước huy hoàng rực rỡ, với những bước tiến nhảy vọt trong các lãnh vực khoa học kỹ thuật cũng như kinh tế và văn hóa, để đưa đất nước ta sánh ngang tầm với những cường quốc hiện nay...

Mơ và thực

ày người bạn trẻ, giấc mơ Phù Đổng của chúng ta là một giấc mơ tạo nên hoài bão lớn, và một khi đã có hoài bão lớn thì đó lại là quá trình vươn đến hiện thực chứ không chỉ còn là những ước mơ suông.

Chúng ta mơ ước trở thành những học giả, bác sĩ, kỹ sư, nhà giáo... tài ba lỗi lạc, nhưng đó không chỉ là những ước mơ suông, mà phải là mục tiêu hướng đến để thực hiện bằng những nỗ lực thiết thực trong học tập và rèn luyện. Chúng ta không thể nuôi những mơ ước đó mà không chuyên cần thực hiện chúng ngay từ những bài học khi ngồi trên ghế nhà trường, từ những nỗ lực không mệt mỏi nơi giảng đường đại học...

Chúng ta mơ ước về một tương lai huy hoàng rực rỡ của đất nước, nhưng đó không chỉ là những ước mơ suông, mà phải là mục tiêu hướng đến để thực hiện bằng những nỗ lực trong việc đóng góp và xây dựng cộng đồng quanh ta, từ thôn ấp, làng xã cho đến tỉnh thành... Một đất nước văn minh và thực sự vươn lên tiến bộ chỉ có thể có được khi mỗi người dân đều văn minh tiến bộ, đều được học hành tốt và có cuộc sống thực sự hạnh phúc để phát triển toàn diện cả tinh thần lẫn vật chất, cả thân thể và trí tuệ... Chúng ta không thể nuôi những ước mơ đó mà không thực hiện chúng ngay từ những đóng góp nhiệt tình và tích cực của bản thân để xây dựng cộng đồng quanh mình, cho dù đó là một tổ dân phố giữa lòng thủ đô hay một thôn ấp xa xôi vùng biên giới, một làng xã nhỏ nhoi hay một tỉnh thành rộng lớn, ta phải góp phần làm cho mọi người quanh ta đều sống tốt hơn và tích cực hơn...

Giấc mơ của chúng ta chắc chắn sẽ thành hiện thực, vì nó được xây dựng từ những cơ sở hiện thực. Khi chúng ta mơ ước mọi người dân Việt đều sẽ có một nếp sống tốt đẹp và đạo đức để góp phần xây dựng đất nước không còn những tội lỗi xấu xa, đó là chúng ta xuất phát từ bản chất tốt đẹp vốn có của tất cả mọi người, nên cho dù giấc mơ ấy có vẻ như còn rất xa vời, nhưng chắc chắn rồi có một ngày nó sẽ trở thành hiện thực. Ồ không, tôi phải nói một cách chính xác hơn là, với những nỗ lực của chúng ta thì giấc mơ ấy đang từng ngày, từng ngày trở thành hiện thực: nó đang dần dần trở thành hiện thực!

Này người bạn trẻ, có thể là mỗi chúng ta đều có điểm nào đó còn chưa hài lòng với những điều kiện hiện tại của bản thân trong cuộc sống, nhưng điều đó không ngăn cản ta nuôi dưỡng những ước mơ. Và nếu bạn thực sự mong muốn một ước mơ trở thành hiện thực thì chỉ có một cách duy nhất là bạn phải tự làm điều đó.

Sự hoàn thiện của một cộng đồng chính là xuất phát từ sự hoàn thiện của từng cá nhân trong cộng đồng ấy. Vì thế, chúng ta không thể khoanh tay đứng nhìn và chỉ mơ ước suông, chúng ta phải biết làm tất cả những gì trong khả năng có thể của mình để biến ước mơ trở thành sự thật.

Chúng ta cũng phải biết học hỏi và rèn luyện để tự mình trở thành một thành viên tốt của cộng đồng. Và muốn vậy, ta cần nhớ một điều là: chúng ta còn phải học hỏi rất nhiều trong cuộc sống sau khi đã rời mái nhà trường. Đơn giản chỉ là vì trường học không thể dạy cho ta tất cả những gì cần đến trong cuộc sống, ngay cả khi đó là đại học hay cao học. Hơn thế nữa, còn có những bài học chưa bao giờ được đưa vào sách vở, nhưng khi người ta chưa am hiểu chúng thì sẽ chưa thực sự trưởng thành...

Tự thắp đuốc lên mà đi

Để biến giấc mơ của chúng ta thành hiện thực, ta phải bắt đầu từ sự hoàn thiện chính bản thân mình. Và sự hoàn thiện ấy là một quá trình được quyết định bởi những nỗ lực tự thân của chính chúng ta. Mọi sự hỗ trợ từ bên ngoài dù tích cực đến đâu cũng không thể đạt được kết quả tốt đẹp nếu tự thân ta không có những nỗ lực vươn lên. Như người muốn bơi qua sông phải dựa vào sức mình là chính. Sự dìu dắt, nâng đỡ của người khác nếu có cũng không thể đủ để đảm bảo đưa mình đến bờ sông bên kia. Hơn thế nữa, chỉ có nỗ lực của chính mình là do mình chủ động, còn sự giúp đỡ của người khác bao giờ cũng chỉ mang tính chất hỗ trợ mà không thể nắm chắc được là có hay không và sẽ được đến mức nào.

Vì thế, chúng ta cần phải dựa vào chính sức mình để quyết định mọi việc mà đừng bao giờ chấp nhận sự phụ thuộc, ỷ lại vào người khác.

Trong lãnh vực tri thức cũng vậy. Chúng ta chỉ nên đặt niềm tin vào những tri thức nào đã tự mình chứng nghiệm là đúng đắn. Người xưa có nói: "Đọc sách mà hoàn toàn tin vào sách thì chẳng bằng là không đọc sách." (信書不如無書 - Tín thư bất như vô thư.) Điều này cũng là nói lên sự cần thiết phải thận trọng trong việc tiếp thu kiến thức. Khi chưa có sự so sánh, đối chiếu và chiêm nghiệm để thấy rõ tính xác thực và đúng đắn của một vấn đề mà đã vội tin theo, thì niềm tin đó chỉ có thể là một sự mê tín hay cuồng tín. Bởi vì, kiến thức dù hay lạ đến đâu cũng là thuộc về phần tri thức của người khác. Khi tự thân chúng ta chưa có sự học hỏi và chứng nghiệm phần tri thức ấy trong thực tế thì chưa thể hoàn toàn đặt niềm tin vào đó.

Rất nhiều bạn học sinh hay sinh viên không cảm thấy hứng thú khi học Truyện Kiều. Bởi vì khi các bạn ấy nói rằng "Truyện Kiều rất hay" thì nhận xét ấy chưa thực sự là nhận xét của chính mình, mà chỉ là sự lặp lại nhận xét của người khác. Chỉ khi nào tự mình cảm nhận được cái hay của Truyện Kiều như thế nào, thì khi ấy mới thực sự thấy việc học Truyện Kiều là hứng thú.

Tương tự, khi bạn nhận được một lời khuyên "hãy giúp đỡ người khác", thì đó cũng chỉ là một lời khuyên không hơn không kém. Chỉ khi nào bạn có sự quan sát thực tế và tự mình trải qua kinh nghiệm giúp đỡ người khác, bạn mới có thể thực sự nhận ra giá trị của điều đó trong việc làm cho ý nghĩa cuộc sống của bạn thay đổi ra sao và nó mang lại niềm vui cho bạn như thế nào.

Trong đạo Phật có một lời khuyên rất thường được nhắc đến: "Hãy tự thắp đuốc lên mà đi." Tinh thần này có thể được vận dụng rộng khắp trong mọi lãnh vực của đời sống, bởi vì cho dù bạn có hướng đến mục tiêu nào đi nữa thì sự nỗ lực tự thân cũng luôn là một yếu tố quyết định trước nhất.

Khi bạn "tự thắp đuốc lên mà đi" trong học tập, bạn không còn trông cậy, ỷ lại vào bất cứ ai ngoài việc nỗ lực tìm hiểu, phân tích các vấn đề liên quan để có thể tự nắm vững kiến thức.

Khi bạn "tự thắp đuốc lên mà đi" trong việc thực hiện những hoài bão, ước mơ của mình, bạn nhận thức đầy đủ về tầm quan trọng của nỗ lực tự thân và do đó bao giờ cũng phấn đấu hết sức mình để vượt qua trở lực, không mong chờ trông cậy vào người khác, cũng không bao giờ tìm cách đổ lỗi cho hoàn cảnh.

Nhưng "tự thắp đuốc lên mà đi" hoàn toàn không phải là một thái độ cao ngạo, bỏ ngoài tai lời khuyên dạy của các bậc trưởng thượng hay những người bạn tốt. Sự thận trọng cân nhắc trước khi tiếp thu một điều gì không có nghĩa là một thái độ không biết lắng nghe. Ngược lại, bạn nên biết là sự lắng nghe với thái độ cởi mở để sẵn sàng tiếp thu học hỏi từ người khác, nhất là những người lớn tuổi hoặc có nhiều kinh nghiệm hơn ta, sẽ giúp ích cho chúng ta rất nhiều trong việc hoàn thiện bản thân.

Kinh nghiệm và những lời khuyên dạy của người đi trước là vốn quý cho bất cứ ai muốn hoàn thiện bản thân. Chúng ta sẽ chẳng là gì cả nếu không có được những giá trị tinh thần và văn hóa được truyền lại từ nhiều thế hệ của những người đi trước. Dù muốn hay không thì những điều ấy cũng đã góp phần quan trọng trong việc hun đúc, đào luyện và hình thành nhân cách cũng như cá tính của mỗi chúng ta. Vì thế, khi nhấn mạnh tinh thần tự lực trong học tập và làm việc, điều đó không có nghĩa là chúng ta tách mình ra khỏi truyền thống cũng như tách khỏi mọi người khác, càng không có nghĩa là chúng ta không chấp nhận học hỏi bất cứ ai ngoài việc ôm chặt những tri thức đã có của chính mình. Bởi vì xét cho cùng thì phần lớn những tri thức ấy cũng chính là đã được học tập từ bên ngoài. Sự cảnh giác và thận trọng trong việc tiếp thu kiến thức mới hoàn toàn không có nghĩa là một thái độ tự mãn và khép kín.

Đến đây, bạn có thể sẽ cảm thấy có phần nào đó hơi mơ hồ về ranh giới phân biệt giữa sự thận trọng khi tiếp thu kiến thức và thái độ thiếu cởi mở trong học tập và làm việc. Nhưng đây cũng chính là một trong những yếu tố để xác định sự trưởng thành của bạn.

Trong suốt những năm tháng của tuổi thơ, bạn thường không bao giờ được tiếp xúc tự do với những kiến thức của người lớn. Điều đó là một quy ước chung "bất thành văn" nhằm bảo vệ cho sự phát triển lành mạnh tâm hồn non trẻ của bạn. Mọi kiến thức được mang ra dạy dỗ cho trẻ em đều phải được chọn lọc kỹ về mức độ chính xác cũng như những giá trị tinh thần, đạo đức. Thường thì bạn chỉ được học chủ yếu là các sách giáo khoa, kèm theo một số lượng rất hạn chế những kiến thức chọn lọc khác.

Như một cây non không thể chịu đựng được những điều kiện khắc nghiệt của khí hậu cũng như những trận mưa nặng hạt. Người ta phải che chắn, bảo vệ cho cây, và dùng vòi tưới có gắn bông sen để phun ra những hạt nước nhỏ mịn không làm hại đến cây. Các loại phân bón cho cây cũng phải được chọn lựa một cách cẩn thận cho phù hợp, vì ngay cả nồng độ phân bón quá cao cũng có thể làm cho cây chết rũ hoặc phát triển không bình thường.

Cũng vậy, những gì được mang ra dạy dỗ cho trẻ em luôn được những bậc phụ huynh có trách nhiệm chọn lọc vô cùng cẩn thận. Điều này sẽ đảm bảo một sự phát triển lành mạnh, đúng hướng, tạo ra một nền tảng vững chắc về tri thức cũng như đạo đức để các em có thể tiếp tục phát triển tốt khi bước vào tuổi trưởng thành.

Khuynh hướng chung là như thế, nhưng cũng có những khác biệt nhất định qua từng thời đại. Chẳng hạn, bạn có thể sẽ thấy hơi khó tin, nhưng sự thật là ngày trước khi học lớp Đệ ngũ, tương đương với lớp 8 bây giờ, chúng tôi nam nữ vẫn còn ngồi học chung một cách vô tư, và phần lớn chưa biết gì về vấn đề tình dục nam nữ... Ngày nay hoàn cảnh đã khác đi nhiều, do những điều kiện tiếp xúc với thông tin đại chúng quá rộng rãi, người ta không thể ngăn cấm trẻ em hoàn toàn không được tìm hiểu về những vấn đề liên quan đến tình dục, và vì thế tốt hơn là phải dạy cho chúng những hiểu biết nhất định nào đó về chủ đề này. Tuy nhiên, điều đó hoàn toàn không có nghĩa là có thể cho các em "biết hết" mọi thứ một cách quá sớm, nếu không muốn làm hỏng đi tất cả.

Thế rồi đến một ngày kia, cây non cũng đủ lớn để chịu đựng được sương gió và mưa nắng trong điều kiện tự nhiên, và cũng đủ sức để hấp thụ các loại phân bón khác nhau... Khi ấy, người ta không còn che chắn nữa, không cần tưới cây bằng vòi bông sen nữa, mà chỉ cần cung cấp cho cây đầy đủ những loại phân bón cần thiết cho sự phát triển của nó.

Cũng vậy, khi bạn bắt đầu bước vào độ tuổi trưởng thành, bạn sẽ được quyền tiếp xúc với mọi kiến thức trong "thế giới người lớn". Nhưng điều đó hoàn toàn không có nghĩa là bạn có thể tiếp nhận tất cả. Cũng như trong lòng đất không phải chỉ có toàn phân bón, dưỡng chất, mà còn có cả những độc tố gây hại, nhưng khi cây đã đủ lớn để chịu đựng được thì bộ rễ của nó có khả năng tự chọn lọc để chỉ hút lấy phân bón và các dưỡng chất mà thôi.

Khả năng tự chọn lọc chính là dấu hiệu trưởng thành của bạn, bởi vì điều đó cho thấy là bạn thực sự không cần phải được "che chắn, bảo vệ" trong vòng tay người lớn nữa. Nhưng nếu bạn có dấu hiệu phân vân, mơ hồ trong việc chọn lọc những tri thức để tiếp thu, thì bạn ơi hãy coi chừng! Điều đó cho thấy là bạn chưa thực sự trưởng thành và những lúc ấy bạn cần có thêm sự giúp đỡ, hướng dẫn của những người đi trước.

Đây là vấn đề khá tế nhị và nhạy cảm. Tốt hơn là bạn phải biết dẹp bỏ hay đè nén sự cao ngạo, bốc đồng của tuổi trẻ để lắng nghe chính những nhận xét của cha mẹ, anh chị... về mình. Nếu bạn thực sự đã củng cố được một nền tảng tri thức và đạo đức tốt, bạn sẽ thấy là những người lớn luôn có thái độ yên tâm khi bạn tiếp xúc với môi trường xã hội. Ngược lại, sự băn khoăn lo lắng hay dè chừng của họ thường là dấu hiệu cho thấy bạn nên tự xét lại chính mình.

Để tóm gọn lại vấn đề này, bạn có thể cần lưu ý hai điểm quan trọng nhất. Thứ nhất, hãy luôn giữ một thái độ cởi mở và biết lắng nghe để tiếp thu tri thức từ mọi nguồn, nhất là từ những người đi trước hoặc những người có nhiều kinh nghiệm hơn mình. Thứ hai, mọi tri thức mà bạn có điều kiện tiếp xúc và học hỏi trong môi trường xã hội tốt nhất là phải qua sự chứng nghiệm thực tế trước khi có thể tin cậy và sử dụng như là tri thức của chính mình.

Ở đây, bạn có thể thấy nổi lên hai khía cạnh khác nhau của vấn đề, đó là sự tiếp thu tri thức và sự chọn lọc tri thức.

Trong sự tiếp thu tri thức, bạn có thể tiếp xúc và học hỏi không giới hạn. Nhưng hãy thận trọng xem tất cả những điều ấy chỉ như những "nguyên liệu thô" cần phải qua "xử lý và kiểm nghiệm". Tất nhiên là độ tin cậy và tính xác thực của mỗi nguồn tri thức cũng có phần khác biệt. Một tri thức tìm thấy trong Từ điển Bách khoa có thể được xem là đáng tin cậy hơn một thông tin đăng trên báo... Nhưng hãy cảnh giác ngay chính ở sự phân biệt kiểu này: bởi vì thực tế nhiều khi đã cho thấy điều ngược lại. Vì thế, sự thận trọng cân nhắc và tính khách quan bao giờ cũng là cần thiết.

Trong sự chọn lọc tri thức, nền tảng đã có về tri thức và đạo đức của bạn sẽ đóng vai trò quyết định. Bởi vì phần lớn những sự chọn lựa ban đầu đều xuất phát từ đó. Mặc dù vậy, điều này thường làm cho bạn phụ thuộc vào nhiều định kiến mà không phải bao giờ cũng đúng đắn. Vì vậy, nhận định chính xác nhất bao giờ cũng là một nhận định khách quan dựa vào thực tế.

Mặt khác, trong tinh thần "tự thắp đuốc lên mà đi", bạn cần hiểu rõ được tính chất biểu trưng của hình tượng ngọn đuốc. Đó là ánh sáng của trí tuệ sáng suốt, có công năng soi sáng con đường ta đi tới, giúp ta phân biệt được đâu là đường ngay nẻo chính.

Trong một chừng mực nào đó, khái niệm trí tuệ mà chúng ta dùng ở đây là khác với tri thức. Bạn có thể học được rất nhiều tri thức về những lãnh vực khác nhau trong đời sống, nhưng vẫn thiếu trí tuệ, bởi vì trí tuệ là sự sáng suốt, minh mẫn có được nhờ rèn luyện trí óc, chứ không do sự học rộng biết nhiều.

Vì thế, có trí tuệ sẽ là điều kiện để dễ dàng phát triển tri thức. Nhưng nếu không biết rèn luyện trí óc để có sự sáng suốt thì việc tiếp thu tri thức sẽ khó khăn hơn, và cho dù có học rộng đến đâu cũng không do đó mà có trí tuệ.

Lấy ví dụ, chương trình đào tạo trong một năm học là như nhau đối với mọi học sinh. Với một học sinh có trí tuệ sáng suốt, chương trình ấy có thể được tiếp thu một cách dễ dàng. Ngược lại, một học sinh khác kém hơn về trí tuệ có thể sẽ thấy khó khăn hơn, phải nỗ lực và dành nhiều thời gian học tập chuyên cần hơn... Nhưng cuối cùng cả hai cũng đều hoàn tất chương trình học. Như vậy, về cơ bản là họ có tri thức như nhau, bởi vì đã được tiếp thu cùng một lượng kiến thức như nhau. Nhưng sự khác biệt về trí tuệ chẳng những tạo ra khác biệt trong quá trình tiếp thu kiến thức, mà còn thể hiện rõ khi vận dụng kiến thức ấy vào đời sống nữa. Do đó mà chúng ta thấy các bác sĩ dù được học giống như nhau ở trường đại học, nhưng khi khám bệnh thì mỗi người đều bộc lộ một khả năng chẩn đoán và điều trị hoàn toàn khác nhau...

Vì thế, rèn luyện trí óc để có được một trí tuệ sáng suốt, minh mẫn cũng là một trong những điều kiện quan trọng nếu bạn muốn "tự thắp đuốc lên mà đi", bởi vì ngọn đuốc hồng soi đường ấy không phải gì khác hơn mà chính là trí tuệ sáng suốt của mỗi chúng ta.

Phát triển trí tuệ

Nhiều người trong chúng ta có thể sẽ thấy hơi mơ hồ khi phải phân biệt giữa hai khái niệm phát triển trí tuệ và phát triển tri thức. Thực ra, đây không phải là hai vấn đề đồng nhất như nhiều người vẫn tưởng.

Việc phát triển tri thức, như chúng ta đã bàn, là quá trình tiếp thu những kiến thức mới dưới mọi hình thức. Phát triển tri thức giúp chúng ta biết được những điều trước đây chưa biết, hiểu được những điều trước đây chưa hiểu, nên nói chung là nó giúp chúng ta trở thành người "học rộng biết nhiều", có thể đi đến mức độ được người khác ca ngợi là uyên bác chẳng hạn.

Phát triển trí tuệ lại là một quá trình nhắm đến việc làm phát triển khả năng hoạt động có hiệu quả của trí óc. Trong tự nhiên, khả năng này khác nhau ở mỗi chúng ta, và khoa học ngày nay gọi đây là "chỉ số thông minh" (intelligence quotient, hay thường được viết tắt là IQ) của mỗi người. Nhưng cho dù không hiểu được "chỉ số thông minh" là gì, bạn vẫn có thể dễ dàng thấy được rằng khả năng suy luận, nhận hiểu và ứng phó với các vấn đề trong cuộc sống là khác nhau ở mỗi người.

Qua so sánh hai khái niệm, bạn có thể thấy ngay là việc "học rộng biết nhiều" không làm gia tăng "chỉ số thông minh". Cùng một khối lượng kiến thức như nhau, người thông minh có thể học hiểu và tiếp thu nhanh hơn nhiều so với người kém thông minh. Mặc dù vậy, qua một thời gian nhất định thì người kém thông minh cũng vẫn có thể tiếp thu hết khối lượng kiến thức ấy, và khi đó thì tri thức của hai người có thể được tạm xem là bằng nhau. Nhưng cho dù có được tri thức bằng nhau, thì mức độ thông minh giữa hai người vẫn là khác nhau.

Như vậy, mức độ thông minh và trình độ học vấn, tri thức của một người là hai khía cạnh khác nhau. Hay nói cách khác, một người có học vị tiến sĩ chưa hẳn đã có mức độ thông minh hơn một người chưa từng học qua đại học. Bởi vì học vị ấy chỉ có ý nghĩa đo lường khối lượng kiến thức mà ông ta đã học được, chứ không liên quan đến cái gọi là "chỉ số thông minh" mà ta vừa đề cập.

Tất nhiên, không thể phủ nhận một thực tế là những người thông minh thường đạt đến các học vị cao. Đơn giản chỉ là vì họ có thể tiếp thu kiến thức một cách dễ dàng, nhanh chóng hơn người khác. Nhưng vẫn có không ít những trường hợp mà chúng ta thường gọi nôm na là "cần cù bù thông minh", trong đó những người tuy kém thông minh nhưng nhờ sự siêng năng bền chí vẫn có thể vượt qua được hết những chương trình đại học hay thậm chí là sau đại học...

Nhiều người tin rằng chỉ số thông minh là vốn quý tự nhiên của "trời cho" và không thể thay đổi được. Tuy nhiên, cách nghĩ ấy không đúng, cho dù trong thực tế chúng ta vẫn thấy có những trường hợp thần đồng hay thiên tài hoàn toàn không thể do sự nỗ lực thông thường mà có thể đạt đến được.

Trước hết, những nghiên cứu khoa học ngày nay đã chỉ rõ là chỉ số thông minh của mỗi người tuy có khác nhau vào lúc sinh ra, nhưng hoàn toàn không phải là một chỉ số cố định, mà còn chịu ảnh hưởng rất nhiều trong suốt quá trình phát triển của não bộ, nhất là trong những năm đầu đời. Vì thế, ngày nay bạn có thể thấy rất nhiều loại sữa dành cho trẻ em được quảng cáo là làm gia tăng chỉ số thông minh. Tôi không dám nói chắc với bạn về chất lượng và hiệu quả của từng loại sữa, nhưng những quảng cáo như thế là hoàn toàn có cơ sở khoa học chắc chắn, bởi vì bằng việc cung cấp dinh dưỡng thích hợp cho sự phát triển của não bộ trong những năm đầu đời của trẻ, bạn có thể giúp trẻ gia tăng đáng kể chỉ số thông minh vốn có.

Ngoài ra, những biến động tâm sinh lý cũng gây ảnh hưởng đáng kể trong thời gian trẻ đang phát triển. Một môi trường phát triển thuận lợi trong sự thương yêu và chăm sóc đầy đủ của gia đình sẽ mang lại kết quả hoàn toàn khác với một môi trường thiếu thốn tình cảm hoặc phải chịu đựng nhiều áp lực tâm lý, những nỗi lo sợ hoặc những ấn tượng đau buồn, kinh hãi... Vì thế, khoa học ngày nay đã khẳng định việc nuôi dạy trẻ cần phải dẹp bỏ mọi hình thức đe dọa hay trừng phạt có thể gây cho trẻ sự sợ hãi, vì

43

những điều này sẽ ảnh hưởng xấu đến sự phát triển trí tuệ.

Như vậy, có thể thấy là cả vật chất lẫn tinh thần đều có thể là những yếu tố góp phần tích cực để phát triển trí tuệ trong thời gian trẻ đang phát triển.

Mặt khác, hoạt động của não bộ cũng không khác mấy với hoạt động của các cơ quan khác, xét trong ý nghĩa là cần phải có sự rèn luyện mới có thể phát triển tốt. Nếu như bạn cần phải tập thể dục hằng ngày và chơi những môn thể thao thích hợp để phát triển thể lực, thì bạn không thể không có sự quan tâm đúng mức đến việc rèn luyện trí não. Vì thế, chương trình giáo dục, nuôi dạy trẻ ngày nay hết sức khuyến khích những trò chơi có tính chất sáng tạo và rèn luyện khả năng tư duy, phân tích của trẻ.

Chương trình giáo dục ở hầu hết các nước tiên tiến đều đòi hỏi các thầy cô giáo phải gia tăng việc gợi ý và khuyến khích trẻ tự nhận xét và phân tích bài học. Chương trình cải cách của chúng ta ngày nay cũng đang đi theo hướng này. Tính chất chủ động của học sinh được nâng cao hơn trong buổi học, trong khi các thầy cô giáo được nhấn mạnh hơn ở vai trò gợi ý và hướng dẫn mà không phải là giảng giải và truyền thụ kiến thức một cách trực tiếp như trước đây. Điều này chính là nhằm giúp cho học sinh phải nỗ lực tư duy, phân tích và nhận biết vấn đề, qua đó mới có thể phát triển được khả năng hoạt động có hiệu quả của trí óc.

Chúng ta có thể dễ dàng đồng ý về những điều

vừa nói trên, bởi vì đã có đủ những kết quả nghiên cứu khoa học để chứng minh. Tuy nhiên, khi đề cập đến sự phát triển trí tuệ sau khi đã đến tuổi trưởng thành, sẽ có không ít những ý kiến khác nhau. Bởi vì người ta vẫn còn hoài nghi về việc liệu một người đã trưởng thành có còn khả năng tiếp tục phát triển trí thông minh hay không. Và nếu chỉ dựa vào những gì chúng ta rất thường gặp trong cuộc sống, thì có vẻ như sau độ tuổi trưởng thành, khả năng phát triển trí thông minh là rất khó nhận ra.

Nhưng vấn đề thực ra không hẳn là như vậy. Sự phát triển trí tuệ không dừng lại ở một độ tuổi nhất định giống như sự phát triển chiều cao của chúng ta. Tuy nhiên, để tiếp tục phát triển trí tuệ trong suốt cuộc đời, chúng ta cần phải có những sự thực hành và rèn luyện nhất định. Điều này đã được những bộ óc kiệt xuất của nhân loại từ Đông sang Tây nhận ra từ rất sớm, nhưng rất tiếc là nó hầu như rất ít được đa số chúng ta quan tâm.

Các nhà thông thái trong lịch sử văn minh nhân loại đều giống nhau ở một điểm là luôn chọn một nếp sống thanh đạm, giản dị ở những nơi yên tĩnh. Đây không phải vấn đề sở thích, mà là một trong những yếu tố phát triển trí tuệ mà chúng ta sẽ có dịp trở lại để bàn sâu hơn.

Có hai yếu tố quan trọng quyết định sự phát triển trí tuệ của chúng ta. Thứ nhất là sự rèn luyện năng lực hoạt động trí tuệ, và thứ hai là môi trường thích hợp cho sự hoạt động và phát triển trí tuệ.

Về yếu tố thứ nhất, chúng ta có thể dễ dàng nhận ra qua các trò chơi có tính chất trí tuệ như đánh cờ hoặc giải đáp các câu đố, ô chữ... Ngày xưa, giới văn nhân trí thức rất thích những cuộc xướng họa thơ văn, ra câu đối. Đó đều là những trò chơi buộc trí óc chúng ta phải hoạt động một cách tích cực, và hiệu quả nâng cao khả năng tư duy có thể được nhận thấy nếu chúng ta thực hành một cách thường xuyên.

Tuy nhiên, rèn luyện năng lực hoạt động trí tuệ qua các trò chơi trí tuệ như thế là chưa đủ. Chúng có thể là có ích, nhưng chưa đủ để đạt được những hiệu quả như mong muốn. Những bài tập rèn luyện thực sự có cường độ cao hơn nhiều, và do đó chắc chắn cũng mang lại hiệu quả tốt đẹp hơn.

Dân tộc Kogi ở Nam Mỹ gọi những vị trưởng lão trong bộ tộc của họ là "người khôn ngoan", và những vị này có trách nhiệm giáo dục, đào luyện "sự khôn ngoan" cho thế hệ trẻ. Và họ đã đào luyện như thế nào? Khi một thanh niên bước vào độ tuổi hai mươi, anh ta được một trưởng lão đưa đến một hang đá vắng vẻ. Từ đó việc ăn uống, sinh hoạt hằng ngày của anh ta không rời xa khỏi hang đá ấy, và công việc chính trong ngày là ngồi quay mặt vào vách đá để suy ngẫm về những đề tài do vị trưởng lão đưa ra. Quá trình này kéo dài từ 7 cho đến 9 năm, và sau đó người thanh niên được bộ tộc công nhận là đã trưởng thành. Cũng cần nói thêm là tuổi thọ trung bình của người Kogi thường không dưới một trăm tuổi.

Phương thức giáo dục như trên của người Kogi

có thể làm ta ngạc nhiên vì họ là một dân tộc vùng Nam Mỹ. Trong khi đó, với nền văn hóa Á Đông thì điều này có vẻ như quen thuộc hơn nhiều. Từ ngàn xưa, các nền văn minh lớn như Ấn Độ và Trung Hoa đều nhấn mạnh đến sự tĩnh tâm thiền định như một phương pháp hiệu quả nhất để rèn luyện và phát triển trí tuệ.

Nhưng có thể bạn sẽ cảm thấy hơi khó hiểu với những điều trên, và bạn cần một vài so sánh nhỏ với những gì thường gặp trong cuộc sống để có thể dễ hiểu hơn.

Có bao giờ bạn đã từng được đọc một chương sách rất lôi cuốn và tập trung tâm trí hoàn toàn vào đó? Nếu có, bạn sẽ dễ dàng nhận ra được sự sáng suốt của tâm trí trong một trạng thái tập trung như thế. Sự rèn luyện tinh thần của người xưa thực ra không gì khác hơn là thường xuyên tạo ra những trạng thái tập trung tâm trí.

Điều quan trọng cần nhấn mạnh ở đây là, ngoài sự sáng suốt có thể đạt đến trong lúc đang tập trung tâm trí, trạng thái này còn có khả năng nuôi dưỡng và làm gia tăng khả năng tư duy của chúng ta, hay nói khác hơn chính là phát triển trí tuệ, làm tăng thêm cái gọi là "chỉ số thông minh".

Trạng thái tập trung tâm trí như trên còn được gọi bằng nhiều tên gọi khác như nhất tâm (一心), định tâm (定心), nhập định (入定), hay thường gặp hơn nữa là tập trung tư tưởng. Trạng thái này có thể đạt đến bằng nhiều phương thức khác nhau, nhưng về mặt nguyên tắc phải luôn đảm bảo một số các yêu cầu cơ bản.

Trước hết, chúng ta phải có sự rèn luyện thường xuyên để đạt được khả năng loại bỏ những ý tưởng không hướng về mục tiêu tập trung của tâm trí. Khi bạn đang ôm đàn chơi một khúc nhạc, tâm trí bạn vẫn có thể nghĩ đến một buổi đi chơi ngày mai hay nhớ về một câu chuyện vừa trao đổi với ai đó ngày hôm qua. Sự duy trì những ý tưởng ấy là trở lực ngăn không cho bạn tập trung tâm trí vào khúc nhạc đang chơi trong hiện tại, và như thế bạn không thể chơi khúc nhạc ấy một cách thật hay theo đúng như khả năng của mình. Nếu bạn có thể loại trừ tất cả những ý tưởng khác để tập trung hoàn toàn tâm trí vào việc chơi đàn, bạn sẽ có thể chơi hết khả năng, và thậm chí còn có thể "xuất thần" để chơi hay hơn cả khả năng vốn có. Trường hợp này rất thường xảy ra với hầu hết các nghệ sĩ lớn, khi họ hoàn thành những tác phẩm kiệt xuất mà ngay chính bản thân họ cũng không ngờ trước.

Yêu cầu thứ hai để bạn có thể thực hành việc định tâm là một môi trường yên tĩnh. Yếu tố này có thể xem là thứ yếu đối với những ai đã từng luyện tập lâu ngày, nhưng lại là rất quan trọng với những ai vừa mới khởi sự luyện tập. Mặc dù vậy, trong những điều kiện quá ồn ào, huyên náo thì dù bất cứ ai cũng rất khó lòng đạt được sự định tâm. Đây là một trong những lý do giải thích việc vì sao các vị hiền triết xưa kia luôn ưa thích chọn những nơi ẩn cư yên tĩnh, vắng vẻ.

Khi đã đủ hai điều kiện nêu trên, bạn có thể chọn một trong các phương thức khác nhau để thực hành luyện tập việc định tâm. Sau đây, tôi sẽ giới thiệu với các bạn một phương pháp khá phổ biến, dễ hiểu và dễ thực hiện. Đó là phương pháp tập trung tư tưởng vào hơi thở.

Phần lớn các thiền sư thường dùng phương pháp này để hướng dẫn các thiền sinh vừa bắt đầu bước vào cửa thiền. Tuy nhiên, bạn vẫn có thể dùng phương pháp này vào mục đích thực hành định tâm để rèn luyện trí tuệ mà không nhất thiết phải trở thành một thiền sư.

Để bắt đầu việc thực tập, bạn chọn một nơi yên tĩnh và ngồi xuống trong tư thế thật thoải mái. Tốt nhất là ngồi xếp bằng tréo hai chân, gọi là ngồi kiết già. Nếu thấy khó khăn, bạn có thể ngồi theo cách đặt chân phải lên trên về trái, gọi là ngồi bán già. Nếu không thực hiện được cả hai cách ngồi trên, bạn cũng có thể ngồi trên ghế buông thõng hai chân xuống. Tuy nhiên, điều quan trọng nhất trong cả ba tư thế ngồi này là phải giữ lưng cho thật thẳng, không cúi về phía trước mà cũng không tựa ra phía sau. Chú ý không nên nhắm mắt lại vì có thể sẽ tạo cảm giác buồn ngủ và không sáng suốt. Chỉ hơi khép mắt lại và nhìn xuống, tập trung vào một điểm ở cách về phía trước một khoảng ngắn, hoặc cũng có thể nhìn xuống tập trung vào chóp mũi nếu thấy thuận tiện.

Sau khi đã ngồi yên, bạn bắt đầu chú ý vào hơi

thở ra vào của mình. Khi hơi thở vào, bạn biết là mình đang thở vào. Khi hơi thở ra, bạn biết là mình đang thở ra. Trong lúc này, nếu có bất kỳ một dòng tư tưởng nào khác hơn việc theo dõi hơi thở đều cần phải buông bỏ.

Để buông bỏ một tư tưởng, bạn đừng khởi lên ý tưởng buông bỏ nó, vì điều này thường rất khó khăn và không bao giờ đạt được kết quả như mong muốn. Chỉ cần bạn quay lại chú ý vào hơi thở, thì dòng tư tưởng "chệch hướng" kia sẽ tự nhiên tan biến mất.

Đó là tất cả những gì bạn phải làm trong một buổi luyện tập, thường có thể kéo dài từ 15 phút cho đến nửa giờ hoặc một giờ. Sự thay đổi có thể nhận biết sau một thời gian thực hành là khả năng tập trung sự chú ý của bạn dần dần tăng cao hơn trước. Và kết quả kèm theo là khả năng tư duy, nhận thức sự việc của bạn cũng sẽ trở nên nhạy bén, sáng suốt hơn.

Việc thực hành định tâm để đạt được sự phát triển trí tuệ là một phương pháp đã được con người phát hiện và sử dụng từ hàng ngàn năm trước. Giáo lý nhà Phật đưa ra ba môn Vô lậu học là Giới học, Định học và Tuệ học, với mối tương quan được xác định là: Do nơi giới mà có định, do nơi định mà phát sinh trí tuệ. (因戒生定, 因定發慧 – Nhân giới sanh định, nhân định phát huệ.) Qua đó có thể thấy là việc thực hành định tâm giúp ta rèn luyện và phát triển trí tuệ.

Nhưng còn thế nào là "do nơi giới mà có định"? Giới

ở đây chỉ giới luật của nhà Phật, là những khuôn thước nhất định mà người tu hành ở từng mức độ khác nhau phải tuân theo, không được vi phạm vào. Chẳng hạn như người tu tại gia thì có 5 giới (gọi là Ngũ giới), người mới xuất gia làm sa-di thì có 10 giới (gọi là Thập giới), người đã chính thức trở thành một vị tỳ-kheo thì có 250 giới (gọi là Đại giới hay Cụ túc giới).

Giữ theo các giới này chính là điều kiện tiên quyết để tạo ra môi trường thuận lợi cho việc định tâm. Như trên có nói, môi trường yên tĩnh là điều kiện cần thiết cho việc định tâm, nhưng đó chỉ mới là môi trường bên ngoài. Về mặt nội tâm, nếu chúng ta có quá nhiều ý tưởng lăng xăng, vọng động, thì khả năng đạt đến sự định tâm sẽ rất khó khăn. Bởi vậy, người tu hành phải nương nhờ vào giới để dễ dàng hơn trong việc đạt đến định tâm.

Khi hiểu được điều đó, chúng ta cũng có thể vận dụng vào điều kiện bản thân để hỗ trợ cho việc rèn luyện trí tuệ. Chẳng hạn, nếu bạn thực hành Ngũ giới, nếp sống của bạn sẽ trở nên tốt đẹp hơn, nền nếp hơn, và do đó tâm trí bạn sẽ được an ổn, thanh thản. Nhờ vậy mà có thể dễ dàng đạt đến sự định tâm hơn. Để thực hành Ngũ giới, bạn cần giữ không phạm vào 5 điều sau đây:

1. Không sát sanh, nghĩa là không giết hại bất cứ sanh mạng nào, ngay cả các loài vật.

2. Không trộm cắp, hay nói rộng hơn là bất cứ vật gì của người khác, nếu không cho mình thì không được tự ý lấy hoặc tìm cách chiếm đoạt.

3. Không tà dâm, nghĩa là không có quan hệ như vợ chồng với những người không phải là vợ hoặc chồng mình.

4. Không nói dối, nghĩa là chỉ nói ra những lời đúng sự thật.

5. Không uống rượu, hay nói rộng ra là không dùng rượu, bia hay bất cứ chất gây say, gây nghiện nào khác.[1]

Thực hành Ngũ giới là tạo ra một điều kiện nội tâm thích hợp để có thể dễ dàng đạt đến sự định tâm, và thực hành đều đặn việc định tâm - có thể ít nhất mỗi ngày một lần - là một phương pháp vô cùng hiệu quả để rèn luyện trí tuệ. Với khả năng tập trung tư tưởng cao hơn, bạn sẽ thấy rõ sự gia tăng hiệu quả trong học tập cũng như trong bất cứ công việc nào cần đến hoạt động trí óc.

Nhưng việc giữ theo Ngũ giới không chỉ giúp bạn dễ đạt đến sự định tâm, nghĩa là thực hành việc rèn luyện năng lực hoạt động trí tuệ; mà một nếp sống duy trì theo Ngũ giới còn là môi trường thích hợp cho sự hoạt động và phát triển trí tuệ nữa. Bởi vì nó giúp bạn dần dần đạt đến một nội tâm an định, sáng suốt và bình thản, gạt bỏ được mọi sự ưu tư, lo nghĩ và phiền muộn. Đó là những điều kiện hết sức cần thiết để phát triển trí tuệ. Một vài điều kiện khác cũng có tác dụng hỗ tương, chẳng hạn như lòng thương yêu

---

[1] Để có một sự giải thích chi tiết hơn về Ngũ giới và những lợi ích sâu xa của việc thực hành Ngũ giới, bạn có thể tìm đọc *Về mái chùa xưa*, cùng một tác giả.

và sự tha thứ, chúng ta sẽ có dịp đề cập đến trong một chương sau nữa.

Mặt khác, sự thực hành định tâm sau một thời gian sẽ giúp bạn dễ dàng đạt đến tập trung sự chú ý. Thói quen suy nghĩ mông lung vốn có từ trước sẽ dần dần mất đi. Vào giai đoạn này, bạn không chỉ thực hành việc chú ý vào hơi thở, mà bắt đầu luyện tập sự chú ý vào bất cứ điều gì đang làm. Khi đi, đứng, nằm, ngồi hoặc làm bất cứ việc gì, bạn luôn tỉnh thức nhận biết và tập trung sự chú ý vào giây phút hiện tại đó; không buông thả suy nghĩ của mình hướng về quá khứ hay tương lai, cũng không hướng đến bất kỳ việc gì khác ngoài công việc đang thực hiện trong hiện tại. Đạo Phật gọi trạng thái này là chánh niệm, và nó có công năng phát triển trí tuệ theo thời gian, bất kể là bạn đang ở độ tuổi nào. Người duy trì được chánh niệm đến mức độ thuần thục sẽ có thể đạt được trạng thái xuất thần một cách chủ động để thực hiện bất kỳ công việc nào một cách hoàn hảo nhất.

Trí tuệ là vốn quý vô giá của con người. Chính nhờ trí tuệ - chứ không phải sức mạnh - mà chúng ta vượt hơn muôn loài. Vì thế, quan tâm đúng mức đến việc rèn luyện, phát triển trí tuệ là phương cách hiệu quả nhất để nâng cao giá trị của mỗi con người chúng ta. Hơn thế nữa, chính nhờ phát triển trí tuệ mà chúng ta mới có điều kiện để thực hiện những hoài bão, ước mơ của mình.

Học hỏi mọi lúc, mọi nơi

Người xưa nói: "Trong ba người cùng đi, chắc hẳn có người có thể làm thầy ta." (三人同行必有我師 - Tam nhân đồng hành tất hữu ngã sư.) Cho đến nay, đây vẫn có thể xem là một trong những phương châm quý giá để noi theo trong cuộc sống.

Sự học hỏi vốn không có giới hạn. Nếu chúng ta nhìn bất cứ vấn đề nào với một quan điểm hạn hẹp, chúng ta sẽ tự mình giới hạn vấn đề ấy. Để học hỏi và tiếp thu những tri thức mới, chúng ta không nên giới hạn môi trường hay thời gian cũng như phương thức học hỏi. Nói cách khác, ta có thể học hỏi với bất cứ ai, ở bất cứ nơi đâu và vào bất cứ lúc nào.

Tất nhiên là khi muốn học hỏi về một lãnh vực nào đó, ta phải tìm được những bậc thầy có hiểu biết sâu rộng về lãnh vực ấy thì việc học mới mong có kết quả tốt. Tuy nhiên, ngoài những kiến thức ở dạng "tập trung" như thế, bạn không nên quên rằng trong cuộc sống còn có rất nhiều dạng kiến thức "tản mác" nhưng cũng không kém phần giá trị.

Trong học tập, kinh nghiệm phân tích bài học được tiếp thu từ một người bạn nhiều khi cũng quý giá không kém những lời giảng giải của thầy cô. Chẳng thế mà tục ngữ đã có câu: "Học thầy không tày học bạn."

Trong việc làm, học hỏi kinh nghiệm với đồng nghiệp, những người đi trước, nhiều khi mang lại cho ta những kiến thức mà ta chưa từng có được trong trường lớp.

Vì thế, nếu chúng ta có thể khéo léo học hỏi ở mọi nơi, mọi lúc, chúng ta sẽ thu nhận được rất nhiều vốn kiến thức quý giá trong cuộc sống.

Mặt khác, khái niệm học hỏi mà chúng ta sử dụng ở đây cũng không chỉ giới hạn trong phạm vi tri thức, mà cả trong phạm vi đạo đức nữa. Khi người xưa nói "Gần mực thì đen, gần đèn thì sáng", chính là muốn nói đến khía cạnh này. Gần gũi, tiếp xúc với một người bạn có tâm hồn phóng khoáng và hay giúp đỡ người khác, bạn sẽ dần dần học hỏi được những đức tính của người bạn ấy. Chính sự khâm phục nảy sinh từ việc nhìn thấy những hành vi, thái độ tốt đẹp, cao cả của người khác sẽ có giá trị tạo ra cho chúng ta động lực mạnh mẽ để vươn lên hoàn thiện những điểm yếu kém của bản thân mình.

Nhưng sự học hỏi ở mọi nơi, mọi lúc cũng là một nghệ thuật khéo léo mà không phải ai cũng có thể làm tốt được. Trước hết, bạn phải luôn luôn có ý thức học hỏi, để sẵn sàng tiếp thu kiến thức trong mọi hoàn cảnh. Thứ hai, bạn phải biết cách để có thể học hỏi từ người khác mà không làm cho người ấy cảm thấy bực mình hay khó chịu. Thứ ba, bạn phải biết rèn luyện đức khiêm tốn, luôn tôn trọng người khác và không bao giờ tự phô trương bản thân mình, ngay cả khi bạn thực sự có được những ưu điểm hơn người.

Về điểm thứ nhất, bạn phải rèn luyện để có được thói quen luôn duy trì ý thức học tập. Trong môi trường xã hội hiện đại này, ngay cả khi ngồi nghe một bản tin qua máy thu thanh bạn cũng có thể bất ngờ học được một điều đáng giá nào đó, thậm chí có thể đúng là điều mà bạn đang quan tâm. Tham gia một câu chuyện ngoài lề, hoặc lắng nghe một nhóm bạn khác đang tán gẫu... cũng đều có thể là những cơ hội học hỏi mà bạn không ngờ trước. Nếu bạn nhớ lại vấn đề tiếp thu và chọn lọc tri thức mà chúng ta đã bàn đến, bạn sẽ thấy là tất cả mọi hoàn cảnh, môi trường khác nhau đều có thể là điều kiện để chúng ta học hỏi.

Về điểm thứ hai, bạn cần phải biết giữ thái độ tự nhiên thích hợp khi thực sự muốn học hỏi điều gì với ai đó. Một thái độ thiếu tôn trọng tất nhiên là không được hoan nghênh, nhưng ngay cả một sự đề cao thái quá cũng có thể làm cho người kia thấy khó chịu và do đó sẽ không còn bộc lộ vấn đề một cách tự nhiên nữa. Trong phần lớn các trường hợp, một thái độ lắng nghe với sự chú ý thành thật có thể là phương cách thích hợp nhất để khuyến khích người khác bộc lộ kiến thức.

Về điểm thứ ba, bạn có thể hình dung như hai đĩa cân của một cái cân. Khi đĩa cân bên này nặng hơn trĩu xuống thì tất yếu là đĩa cân bên kia phải nâng cao lên. Cũng vậy, trong khi tiếp xúc với mọi người, nếu bạn phô trương quá nhiều về bản thân mình, thì điều đó sẽ có ý nghĩa như là hạ thấp giá trị của những người khác xuống. Sẽ không mấy ai có hứng thú để bộc lộ những điều mình biết trong một bối cảnh như thế.

Mặt khác, bạn có thể nói chuyện với ai đó hàng giờ đồng hồ mà chẳng học hỏi được gì, vì phần lớn thời gian đó đã bị bạn chiếm lấy để phô trương chính mình. Nhưng bạn có thể học hỏi được khá nhiều điều chỉ trong một buổi tiếp xúc chừng mười lăm, hai mươi phút, nếu như bạn biết lắng nghe và khuyến khích người kia bộc lộ kiến thức, thay vì là phải bực dọc ngồi nghe sự phô trương của bạn. Một lần nữa, biết lắng nghe người khác với sự chú tâm chính là thái độ học hỏi thích hợp nhất.

Cũng trong điểm này, cần nói thêm về thái độ tôn trọng người khác một cách thành thật. Đây cũng là một yếu tố quan trọng giúp người khác cảm thấy thoải mái hơn khi nói chuyện với chúng ta. Tôi muốn nhấn mạnh ở đây một sự tôn trọng thành thật chứ không phải là giả tạo, gượng ép. Bởi vì, dựa vào trực giác, mỗi chúng ta luôn có khả năng cảm nhận được sự tôn trọng của người khác đối với mình là thành thật hay giả tạo. Và một thái độ giả tạo tất yếu sẽ không thể mang lại điều gì tốt đẹp cả. Nếu bạn thực sự hiểu được câu "Tam nhân đồng hành tất hữu ngã sư" như tôi vừa dẫn trên, bạn sẽ biết cách tôn trọng người khác một cách thành thật chứ không giả tạo. Có thể phát biểu câu này theo một cách khác nhấn mạnh và dễ hiểu hơn là: "Bất cứ ai cũng có thể có một điều gì đó để chúng ta học hỏi." Với kinh nghiệm của bản thân tôi, đây là một câu nói hoàn toàn chính xác mà không có gì là cường điệu cả. Bởi vì trong thực tế, tôi đã từng học hỏi được không ít từ chính những học trò của mình.

Có ý thức học hỏi và biết cách học hỏi ở mọi lúc, mọi nơi là một bí quyết vô giá trong cuộc sống. Có được bí quyết này, bạn sẽ thấy khả năng học hỏi của mình được mở rộng và dễ dàng hơn rất nhiều. Ngày còn theo học đại học Anh ngữ, thỉnh thoảng tôi thường lang thang ra bãi biển để bắt chuyện làm quen với những khách du lịch nước ngoài. Đôi khi tôi mời họ một ly nước, đôi khi chỉ đứng trò chuyện với nhau trên bãi cát... Nhưng những lần tiếp xúc ấy giúp tôi học hỏi và rèn luyện được rất nhiều, hơn cả những buổi học trong trường lớp. Cũng có thể nói thêm một điều là, cách học này rẻ tiền hơn nhiều, phải không các bạn?

Tri thức và đạo đức

Nhân cách, giá trị của một con người có thể nói là được tạo thành bởi hai yếu tố: tri thức và đạo đức. Người xưa đã phân biệt rõ hai lãnh vực này, và điều đó có những lý do xác đáng của nó. Cho dù những hiểu biết, lý luận về đạo đức có thể được tìm thấy trong rất nhiều sách vở, và đã được mang ra giảng dạy trong nhà trường, nghĩa là cũng giống như bao nhiêu kiến thức khác trong vốn liếng tri thức của mỗi chúng ta, nhưng điều đó vẫn không làm mất đi sự khác biệt giữa đạo đức và tri thức.

Tất nhiên là để có được một nền tảng đạo đức, trước hết bạn vẫn phải học tập giống như bất kỳ môn học nào khác. Nhưng sự học tập đó là hoàn toàn chưa đủ để tạo thành một con người đạo đức, mà yếu tố quyết định ở đây phải là sự thực hành những điều đó trong cuộc sống, và sự rèn luyện để biến chúng trở thành những bản chất tự nhiên trong tâm hồn. Chỉ khi ấy thì đạo đức mới được thể hiện một cách đúng nghĩa.

Chẳng hạn, hiếu kính cha mẹ là một tiêu chí đạo đức. Bạn đã được học điều đó ở nhà trường. Những bài học ấy giải thích rất rõ về việc vì sao phải hiếu kính cha mẹ, và cũng khuyên dạy chúng ta nên hiếu kính cha mẹ như thế nào...

Nhưng việc học thuộc và trả bài được điểm 10 hoàn toàn không liên quan gì đến tiêu chí đạo đức ấy trong con người của bạn. Bạn chỉ có thể trở thành người con hiếu khi những điều đó thực sự trở thành những suy nghĩ, và chính bạn biến nó thành những hành động thực tiễn. Và điều này đòi hỏi quá trình thực hành, nghiền ngẫm sâu xa trong thực tế cuộc sống, đôi khi kéo dài cả một đời người chứ không chỉ là một quá trình ngắn ngủi và cạn cợt như khi bạn ngồi ê a học thuộc lòng bài học đạo đức ở nhà trường.

Hãy nghe câu ca dao sau đây:

Lên non mới biết non cao,
Nuôi con mới biết công lao mẫu từ.

Cái "công lao mẫu từ" ấy đã có biết bao nhiêu sách vở nói đến, và thậm chí cũng chẳng phải là điều gì xa lạ lắm mà chính bạn cũng thường xuyên được quan sát, tiếp xúc trong cuộc sống. Nhưng bạn không bao giờ thực sự "biết" được nó, theo nghĩa là một sự cảm nhận trực tiếp, sâu sắc và đầy đủ, chừng nào mà bạn còn chưa tự mình trải qua việc "nuôi con". Cũng như ngọn núi cao kia, ai cũng có thể nhìn thấy, nhưng chỉ những ai đã thực sự gian nan vất vả leo lên tận đỉnh núi thì mới có thể "biết" được là nó "cao" như thế nào!

Bạn thấy đó, như vậy là chỉ để "hiểu" được hai câu ca dao ngắn ngủi ấy thôi, bạn đã phải mất gần nửa đời người rồi, phải không?

Vì thế, đạo đức là vấn đề không thuộc về phạm trù của tri thức. Bởi vì nếu như tri thức được nhận hiểu và biểu lộ qua lý trí thì đạo đức chỉ có thể được cảm nhận và thực hành qua trái tim. Hay nói cách khác, đạo đức là vấn đề của cảm tính, trong khi tri thức lại là vấn đề của lý luận.

Lấy một ví dụ khác, việc san sẻ, giúp đỡ người nghèo khó là một tiêu chí đạo đức. Nhưng bạn không thể dùng lý trí để nhận hiểu được điều này. Bạn có thể lý luận rằng, việc tôi đưa ra một số tiền để giúp người nghèo khó chỉ có thể là mất hẳn đi, vì tất nhiên là họ không có khả năng trả ơn cho tôi. Ngược lại, tôi vẫn sẵn lòng giúp đỡ, nhưng sẽ chọn giúp cho một người khá giả chẳng hạn trong lúc người ấy đang gặp một khó khăn nào đó, vì có nhiều khả năng hơn là khi họ vượt qua khó khăn họ sẽ tìm cách trả ơn tôi.

Vâng, lý trí là như vậy, và điều đó hoàn toàn "hợp lý". Nếu tôi nói với bạn rằng, người nghèo thực sự cần sự giúp đỡ của bạn hơn, và vì thế việc giúp đỡ họ sẽ mang lại cho bạn niềm vui lớn lao hơn. Hoặc tôi nói với bạn về sự cảm thông và chia sẻ cần có giữa những con người, vì điều ấy giúp ta sống thanh thản hơn và an vui hơn... Bạn sẽ thấy tất cả những điều ấy đều là mơ hồ, khó nắm bắt và không "hợp lý"... Bởi rất đơn giản là vì những điều ấy chỉ có thể được cảm nhận bằng trái tim mà không thể nhận hiểu bằng lý trí. Và sự cảm nhận đó chỉ có được khi bạn thực sự bắt tay vào việc chứ không chỉ là học hiểu qua những lý thuyết suông.

Tôi tin chắc là đã có rất nhiều bài học thực hành đạo đức mà bạn đã áp dụng từ thuở ấu thơ, ngay cả khi bạn chưa hề nhận thức được điều ấy. Những nền tảng này là rất quan trọng để bạn có thể tiếp tục phát triển khi bước vào đời. Nhưng ngay cả khi đọc những dòng này mà bạn vẫn còn thấy mơ hồ về một ý niệm đạo đức trong tâm hồn, thì bạn vẫn còn có nhiều cơ hội để rèn luyện yếu tố này nếu muốn vươn lên hoàn thiện chính mình.

Khi viết những dòng trên, tôi hoàn toàn không có ý cho rằng đạo đức là quan trọng hơn tri thức. Ngược lại, như đã nói từ đầu, cả hai yếu tố này đều góp phần tạo thành nhân cách, giá trị của mỗi người chúng ta. Chúng ta không thể hình dung một mẫu người đáng kính nào đó lại có thể thiếu đi một trong hai yếu tố này. Tuy vậy, vẫn có một vài lý do khá thuyết phục để chúng ta nhấn mạnh hơn về khía cạnh đạo đức của con người.

Thứ nhất, chúng ta thử xét một trong hai khả năng bất toàn của con người: có tri thức, thiếu đạo đức, hoặc là có đạo đức, thiếu tri thức.

Trường hợp thứ nhất, con người ấy có rất nhiều khả năng gây nguy hại cho người khác, và ít có khả năng đem lại lợi ích cho xã hội; vì họ sẽ thường có khuynh hướng vận dụng tri thức để giành lấy phần lợi về cho chính mình, bất chấp sự thiệt hại của người khác.

Trường hợp thứ hai, con người ấy có rất nhiều khả năng sẽ nhận lãnh nhiều thiệt thòi, thua kém trong cuộc sống vì thiếu tri thức, nhưng họ ít có khả năng gây nguy hại cho người khác, vì họ sẽ thường có khuynh hướng sống theo những tiêu chí đạo đức đã có trong lòng mình.

Tất nhiên cả hai trường hợp trên đây đều là những ví dụ cường điệu hóa, bởi vì trong thực tế không có những trường hợp nghiêng hẳn về một phía như thế. Tuy nhiên, khả năng mất cân đối giữa hai yếu tố này lại là điều rất thường xảy ra. Có những người sống nghiêng nhiều về mặt tri thức, và có những người khác chú trọng hơn đến mặt đạo đức.

Thứ hai, tri thức là một yếu tố hầu như có thể được tiếp thu và phát triển trong suốt cuộc đời, cho dù là vào mỗi giai đoạn của đời người cũng có những khác biệt nhất định trong việc phát triển tri thức. Trong khi đó, nền tảng đạo đức của chúng ta được hình thành rất sớm, ngay từ những năm tháng đầu đời, và có khuynh hướng trở thành những bản chất cố định, hay ít ra cũng là rất khó thay đổi. Vì thế, nếu chúng ta không có một ý chí hướng thượng mạnh mẽ để sớm thay đổi một nếp sống thiếu đạo đức vừa được nhận ra, thì có rất nhiều khả năng là nếp sống ấy sẽ theo đuổi ta cho đến tận cuối đời. Ngược lại, nếu may mắn có được một nền tảng đạo đức vững chắc khi bước chân vào đời, chúng ta có thể tự tin là sẽ bước được những bước vững chắc trong cuộc sống, ngay cả khi vốn liếng tri thức của ta còn non yếu.

Nói một cách khác, ta có thể bồi đắp tri thức còn non kém trên một nền tảng đạo đức tốt, nhưng ngược lại rất khó lòng dựa vào một nền tảng tri thức tốt để thay đổi, uốn nắn một nếp sống thiếu đạo đức. Tất nhiên là điều này vẫn có thể xảy ra với những ai có đủ quyết tâm hướng thượng, nhưng tất yếu cũng phải có nền tảng là một số đức tính nhất định nào đó.

Này người bạn trẻ, đến đây chắc có lẽ bạn cũng đồng ý với tôi rằng: sẽ tốt đẹp biết bao nếu chúng ta có được sự phát triển cân đối cả hai yếu tố tri thức và đạo đức. Vâng, đúng vậy. Và đó là điều mà bạn hoàn toàn có thể làm được. Hay phải nói đúng hơn là chỉ có chính bạn mới tự làm được điều đó cho bản thân mình mà thôi.

Như khi bạn muốn pha nước ấm để tắm. Không ai khác có thể giúp bạn làm điều này một cách hoàn toàn vừa ý, vì người khác không thể biết được là bạn thích nhiệt độ nào. Chỉ có chính bạn mới biết chắc được là phải pha thêm nước nóng hay nước lạnh để đạt được nhiệt độ như ý muốn.

Cũng vậy, những người lớn dù quan tâm đến đâu, hiểu biết đến đâu cũng chỉ có thể đưa ra những lời chỉ dẫn và khuyên dạy, nhưng họ hoàn toàn không thể biết chính xác là bạn đang cần điều gì và nên làm điều gì. Như khi bạn muốn tự mình rèn luyện đức tính vị tha, chỉ có chính bạn mới có thể nhận biết là mình đã tiến bộ đến đâu và cần phải thực hành những gì...

Vì thế, nếu bạn nhận thức đầy đủ về tầm quan trọng của sự phát triển cân đối cả hai yếu tố tri thức và đạo đức, bạn sẽ có thể tự quyết định là phải học tập và rèn luyện những gì, bởi vì có rất nhiều lời khuyên tốt đẹp mà bạn thì không thể cùng lúc thực hành tất cả những lời khuyên ấy.

Thương yêu và tha thứ

ồi đầu năm 1028, khi vua Lý Thái Tổ qua đời, thái tử Lý Phật Mã đang ở cung Long Đức bên ngoài kinh thành. Ba vị vương gia là Đông Chinh Vương, Dực Thánh Vương và Vũ Đức Vương cùng nhau làm loạn để cướp ngôi vua, mỗi người đều có sẵn quân mã trong tay, cùng phục sẵn ở cung Long Thành và cửa Quảng Phúc (cửa tây kinh thành) để chờ giết thái tử. Ngờ đâu thái tử lại theo cửa Tường Phù (cửa đông) mà vào thành. Nghe biết có biến, thái tử liền vào điện Càn Nguyên rồi sai người đóng cửa cố thủ.

Ba vị vương gia mang quân vây đánh rất gấp. Bấy giờ trong số các trung thần theo hầu có Lý Nhân Nghĩa và Lê Phụng Hiểu đều xin ra đánh, nhưng thái tử ngần ngừ không cho, muốn đợi cho các vị vương nghĩ lại mà tự lui binh để giảm bớt tội.

Không ngờ các vương gia thúc quân đánh ngày càng gấp hơn, quân giữ cửa xem chừng không thể ngăn cản nổi. Thái tử không biết làm sao hơn, bấy giờ mới gật đầu cho phép các tướng ra đánh.

Lê Phụng Hiểu vốn nổi danh có dũng lực hơn người, khi ấy một mình xông thẳng vào đám loạn quân, chạy đến đâm một nhát trúng con ngựa của Vũ Đức Vương đang cưỡi. Ngựa quỵ xuống, Vũ Đức Vương bị giết ngay tại chỗ. Quân thái tử kéo ra đánh, quân các vương gia thua chạy, Đông Chinh Vương và Dực Thánh Vương đều bị bắt.

Thái tử lên ngôi, tức là vua Lý Thái Tông. Việc làm đầu tiên là ban lệnh đại xá khắp thiên hạ. Đối với tội làm phản của Đông Chinh Vương và Dực Thánh Vương đều tha cho, lại khôi phục quan tước như cũ.

Bấy giờ, Khai Quốc Vương đang cầm quân ở phủ Trường Yên, nghe tin Vũ Đức Vương bị giết liền dấy quân làm phản. Vua Lý Thái Tông thân hành mang quân đi đánh. Vừa đến Trường Yên thì Khai Quốc Vương đã sợ xin hàng. Vua bắt giải về kinh đô, rồi sau đó cũng tha tội và cho phục hồi tước cũ.

Trong lịch sử Trung Hoa, khi vua Vũ Vương nhà Chu vừa mất, Thành Vương lên ngôi thì một người em là Quản Thúc bị giết và một người em khác là Sái Thúc bị đày đi xa để giữ vững ngôi vua. Khi Đường Cao Tổ là Lý Uyên mất, Đường Thái Tông là Lý Thế Dân vừa lên ngôi đã giết hai người anh là Kiến Thành và Nguyên Cát cũng chỉ để giữ lấy ngôi vua.

Có so sánh với những chuyện ấy mới thấy vua Lý Thái Tông của Việt Nam ta đã làm được một điều phi thường hiếm thấy trong lịch sử các bậc vua chúa. Đó là, mở rộng lòng tha thứ cho chính những kẻ phản nghịch, mưu giết hại mình để giành quyền lực!

Vị vua này còn bộc lộ tấm lòng nhân hậu trong suốt 27 năm cầm quyền của ông. Năm 1042, ông cho soạn và ban hành bộ Hình luật, có thể xem là văn bản pháp luật có hệ thống đầu tiên của nước ta, mục đích là giảm bớt những hình phạt khắc nghiệt đương thời và hạn chế những vụ án xử oan. Bộ sách này thấy có ghi tên trong Lịch triều hiến chương loại chí của Phan Huy Ích, gồm 3 quyển, nhưng tiếc là đến nay không còn nữa nên chúng ta không biết được nội dung cụ thể như thế nào.

Tuy nhiên, theo Việt sử cương mục tiết yếu còn ghi lại thì thấy rằng vua Lý Thái Tông rất cương quyết trong việc nghiêm trị các quan lại tham nhũng để bảo vệ người dân. Sách này chép rằng: Vị quan nào thu thuế của dân vượt quá quy định thì xử theo tội trộm cướp; những người chịu trách nhiệm đi thu thuế mà thu nhiều hơn quy định cũng xử như vậy. Người dân nào cáo giác hành vi tham nhũng của quan lại thì được miễn thuế trong một năm, nếu là người ở kinh thành thì có thưởng. Quan thu thuế tơ lụa của dân, nếu thu làm của riêng thì mỗi thước phạt đánh 100 trượng, mỗi tấm phạt đi làm phu dịch một năm, nhiều hơn nữa thì cứ theo số lượng mà gia tăng mức phạt.

Vào một thời đại mà quan là "phụ mẫu" của dân, có thể nghiêm khắc với các quan tham nhũng như vậy quả là hiếm thấy. Không có lòng yêu thương người dân một cách tha thiết, hẳn không thể có được những thái độ cương quyết bảo vệ dân lành như thế.

Hầu hết các sử gia đều cho rằng triều Lý là một triều đại nhân từ. Các vua Lý cai trị đất nước chủ yếu dựa vào lòng thương dân, lo lắng cho dân. Nhưng không vì thế mà trở nên nhu nhược, yếu kém.

Những chiến công đời Lý cũng hiển hách vang dội, như phá Tống, bình Chiêm, đều là những trận chiến thể hiện rõ sức chiến đấu dũng mãnh của quân đội. Có thể khiến cho phương Bắc phải từ bỏ mộng xâm lược trong suốt 215 năm cầm quyền của mình, đủ thấy là quân đội nhà Lý cũng không hề yếu kém.

Một trong những nhận thức sai lầm của nhiều người trong chúng ta là cho rằng những người giàu lòng thương yêu thường nhu nhược, yếu đuối. Câu chuyện lịch sử về triều đại nhà Lý là một bằng chứng cụ thể có thể bác bỏ được quan điểm sai lầm này.

Trong thực tế, lòng thương yêu ngăn cản chúng ta làm bất cứ điều gì gây hại cho người khác, nhưng đồng thời nó cũng mang lại cho chúng ta sức mạnh để sẵn sàng bảo vệ người mình thương yêu. Bạn có thể nhìn hình ảnh con gà mẹ đang xù lông dang cánh ra để bảo vệ những chú gà con. Quả thật sức mạnh tinh thần của nó lớn hơn nhiều so với sức mạnh thể chất thực có, vì nó có vẻ như không sợ bất cứ kẻ thù nào.

Lòng thương yêu là một bản chất tự nhiên vốn có của mỗi người. Nhưng trong thực tế, không có sự thực hành và rèn luyện thì bản chất này rất ít khi phát triển mạnh. Sở dĩ như thế là vì trong môi trường sống của chúng ta có quá nhiều yếu tố ngăn cản sự phát triển của lòng thương yêu.

Trong trường hợp của vua Lý Thái Tông, để có thể thương yêu ngay chính những kẻ muốn giết mình, ông đã phải vượt qua rất nhiều trở lực mà phần lớn trong chúng ta khó lòng vượt qua.

Trước hết, phải dẹp bỏ được lòng vị kỷ, tham tiếc quyền lực của bản thân. Bởi vì, chính sự tham tiếc ấy sẽ làm nảy sinh tâm trạng lo sợ bị mất đi quyền lực. Và tâm trạng lo sợ ấy thúc đẩy chúng ta làm bất cứ điều gì để bảo vệ quyền lực cho bản thân mình.

Về mặt tâm lý, thật cũng không dễ gì đi đến quyết định giết chết những người anh em ruột thịt, nhưng sự tham tiếc quyền lực - kèm theo đó là của cải vật chất và muôn ngàn thứ khác - bao giờ cũng mạnh hơn tâm lý ấy. Vì vậy mà chúng ta không lấy làm lạ khi thấy lịch sử ghi lại rất nhiều trường hợp huynh đệ tương tàn chỉ vì tranh nhau quyền lực. Vua Lý Thái Tông đã vượt qua được lòng vị kỷ tham lam của bản thân, đã đưa ra những quyết định tha thứ theo sự thúc đẩy của lòng thương yêu. Đó là điều mà bất cứ ai cũng kính phục nhưng lại không mấy ai làm được!

Thứ hai, phải dẹp bỏ được tâm lý ghét giận, căm tức đối với người cố ý làm hại mình. Trải qua cuộc biến loạn, bị vây chặt trong cung và chịu sự đe dọa của những lực lượng quân binh từ bên ngoài, trong lúc thắng thua chưa định thì không ai có thể tránh khỏi tâm trạng lo sợ bị giết hại. Từ tâm trạng lo sợ đó, không thể không bực tức, căm ghét những kẻ muốn làm hại mình. Nhưng vua Lý Thái Tông đã vượt qua được những tâm trạng thông thường ấy mới có thể dẹp bỏ sự thù hận, căm tức, mở rộng lòng tha thứ cho những kẻ đã muốn làm hại mình. Ông làm được điều đó chính là nhờ đã có được một lòng thương yêu chân thật.

Khi chúng ta đáp trả sự yêu thương của người khác bằng lòng thương yêu, điều đó không khó lắm. Nhưng để có thể mở lòng thương yêu chính những kẻ rắp tâm làm hại mình, điều đó đòi hỏi phải được xuất phát từ một lòng thương yêu chân thật, vô điều kiện.

Trong cuộc sống thường ngày, chúng ta gặp không ít những tâm trạng thôi thúc đối nghịch với lòng thương yêu, làm cho lòng thương yêu của ta rất khó phát triển.

Khi chúng ta phán đoán vấn đề qua lý trí, chúng ta thấy rằng những quyết định xuất phát từ lòng thương yêu thường đưa đến cho chúng ta những thiệt thòi về vật chất. Khi thương yêu, ta có khuynh hướng làm điều gì đó hoặc chia sẻ điều gì đó cho người mình thương yêu, và điều đó có vẻ như là một sự "mất mát". Vì thế, có thể nói lòng tham là một trong những trở lực lớn nhất làm cho ta không phát triển được lòng thương yêu. Như một hệ quả tất yếu, những người giàu lòng thương yêu trong cuộc sống phải là những người đã dẹp bỏ được sự tham lam.

Trở lực thứ hai là tâm lý ganh tị, không hài lòng trước những thành công của người khác. Tâm lý này phổ biến ở hầu khắp mọi người, và đôi khi nó rất tinh tế đến nỗi chúng ta không thể tự mình nhận ra được.

Một ông già mù sống gần ngôi chùa của thiền sư Bankei (Nhật Bản). Khi thiền sư Bankei viên tịch, ông nói với người bạn của mình rằng: "Tôi bị mù nên chỉ có một cách duy nhất để hiểu được người khác là nghe qua giọng nói. Trong suốt cuộc đời mình, tôi đã gặp và nghe để hiểu rất nhiều người. Khi người ta chúc mừng ai đó, tôi nghe và hiểu được trong giọng nói của họ có chút gì ganh tị, không thực sự hài lòng. Ngược lại, khi người ta chia buồn với ai đó về một điều không may, tôi nghe và hiểu được trong giọng nói của họ có chút gì hả hê, thích ý, như thể cái mất của người khác là điều kiện cho cái được của chính họ. Chỉ có giọng nói của thiền sư Bankei là hoàn toàn chân thật. Khi ông chúc mừng ai, trong giọng nói của ông chỉ có toàn là niềm vui, và khi ông chia buồn với ai, trong giọng nói của ông chỉ có toàn là nỗi buồn."

Nhận xét tinh tế trên là một nhận xét mà mỗi chúng ta có thể tự chiêm nghiệm để thấy rõ. Tâm lý ganh tỵ chi phối hầu hết chúng ta trong cuộc sống, đến nỗi hiếm khi ta có thể thật lòng vui mừng trước những thành công của người khác. Và tâm lý này đôi khi xuất hiện một cách tinh tế và sâu thẳm đến nỗi ta không nhận biết được nếu không có sự phản tỉnh thật sâu xa.

Sự ganh tỵ ngăn cản ta phát khởi lòng thương yêu người khác, bởi vì lòng thương yêu luôn đi cùng với sự giúp đỡ và san sẻ, nhưng tâm lý ganh tỵ lại không bao giờ mong muốn cho kẻ khác vươn lên vì sợ rằng họ sẽ hơn mình. Vì thế, cũng như một hệ quả tất yếu, những người giàu lòng thương yêu trong cuộc sống phải là những người đã dẹp bỏ được sự ganh tỵ với kẻ khác.

Mặt khác, lòng thương yêu cũng luôn dẫn đến sự

tha thứ đối với những ai đã xúc phạm hay làm hại bản thân mình. Điều này ngược lại với tâm trạng hận thù, căm ghét mà chúng ta rất khó vượt qua. Vì thế, cũng như một hệ quả tất yếu, những người giàu lòng thương yêu trong cuộc sống phải là những người đã dẹp bỏ được lòng hận thù, căm ghét.

Để nuôi dưỡng lòng thương yêu, chúng ta phải thấy được mối tương quan đã nói trên và thực hành dẹp bỏ những tâm trạng tham lam, ganh ghét, hận thù. Khi dẹp bỏ được những điều đó, bản chất thương yêu trong lòng ta sẽ có điều kiện để phát triển một cách rất tự nhiên.

Nhưng đến đây bạn có thể sẽ đưa ra một nhận xét. Vâng, thế thì việc nuôi dưỡng lòng thương yêu quả thật không dễ dàng chút nào, vì nó đi ngược lại với khuynh hướng thông thường của đa số con người. Cho dù tôi vẫn thừa nhận đó là những khuynh hướng xấu - tham lam, ganh ghét và hận thù - nhưng đổi lại, khi nuôi dưỡng lòng thương yêu thì tôi sẽ nhận được những gì?

Về phương diện lý luận mà nói, tôi xin thú thật là có phần lúng túng nếu phải trả lời câu hỏi này. Bởi vì bạn có thể chỉ ra cho tôi thấy toàn là những thiệt thòi hay mất mát. Bạn có thể lý luận rằng vua Lý Thái Tông thật là dại dột khi tiếp tục nuôi dưỡng những mầm phản loạn, bởi vì ông ta sẽ không khỏi nơm nớp lo sợ có một ngày sẽ bị những người kia làm hại. Khi có một con rắn bò vào nhà, bạn sẽ đuổi nó ra hay đánh chết nó? Có lẽ việc đánh chết con rắn sẽ làm cho bạn "yên tâm" hơn, bởi vì biết đâu nó lại chẳng quay trở vào?

Nhưng tôi hoàn toàn có thể đoan chắc với bạn về niềm tin qua cảm nhận của chính tôi trong cuộc sống, rằng lòng thương yêu là giá trị cao cả nhất mà con người có thể vươn đến, rằng lòng thương yêu mang lại cho bạn rất nhiều điều mà không gì có thể thay thế được.

Tuy nhiên, như tôi đã nói, bạn chỉ có thể cảm nhận những điều này bằng một trái tim rộng mở mà không bao giờ có thể đạt đến qua sự suy luận khô khan của lý trí. Mặc dù vậy, tôi cũng sẽ cố gắng nói với bạn đôi điều về những gì mà lòng thương yêu có thể mang lại cho bạn trong cuộc sống này.

Trước hết, khi nuôi dưỡng được lòng thương yêu, bạn sẽ kiềm chế và dần dần dứt trừ được sự tham lam, đơn giản chỉ là vì bạn không bao giờ có thể duy trì được cùng lúc cả hai: lòng thương yêu và sự tham lam.

Sự tham lam chính là thủ phạm gây ra biết bao khổ đau trong cuộc sống này. Khi bạn bị khống chế bởi lòng tham, bạn sẽ trở thành một tên nô lệ không hơn không kém, bao giờ cũng bị thôi thúc phải làm điều này, điều nọ để thỏa mãn cho nó. Mà sự thỏa mãn của lòng tham thì hầu như là chẳng bao giờ đạt đến, như tục ngữ đã có nói: "Túi tham không đáy."

Một khi kiềm chế hay dứt trừ được lòng tham, con người sẽ trở nên thanh thản, nhẹ nhàng chẳng khác nào được thoát ra khỏi một tù ngục vô hình. Chính điều này giải thích vì sao những bậc hiền nhân quân tử xưa kia ưa chuộng nếp sống thanh bần nơi thôn dã, rừng núi... Họ thà không được hưởng những tiện nghi vật chất mà có được cuộc sống thanh thản, nhẹ nhàng, bởi vì một khi đã từ bỏ được của cải vật chất thì lòng tham chẳng còn có thể khống chế sai khiến họ được nữa.

Điều kỳ diệu xảy ra khi bạn nuôi dưỡng được lòng thương yêu chân thật, đó là bạn không cần phải trốn lánh đến những nơi sơn cùng thủy tận hay hoang điền thôn dã mới có thể dứt bỏ được lòng tham. Ngay trong cuộc sống phồn hoa đô hội, nếu bạn đã từng cảm nhận được niềm vui nhẹ nhàng nhưng sâu sắc khi mở lòng thương yêu giúp đỡ, san sẻ vật chất với người khác, bạn sẽ thấy mình thoát khỏi sự chi phối của lòng tham một cách dễ dàng. Phật giáo dạy người thực hành hạnh bố thí để đối trị lòng tham, điều này hoàn toàn chính xác. Nhưng bạn làm sao có thể thật lòng bố thí cho kẻ khác nếu trong tâm bạn chưa sinh khởi lòng thương yêu? Vì thế, nuôi dưỡng lòng thương yêu có thể nói là một điều kiện căn bản để từ đó nảy sinh ra nhiều đức tính khác.

Khi nuôi dưỡng lòng thương yêu, bạn cũng dẹp bỏ được sự ganh tỵ với kẻ khác. Bạn đừng bao giờ coi thường cái tâm niệm nhỏ nhen này, bởi thực ra nó không nhỏ nhen chút nào nếu xét theo những hậu quả xấu xa mà nó có thể mang đến. Rất nhiều việc làm tồi tệ, trái hẳn với đạo lý, cũng chỉ là xuất phát từ lòng ganh tỵ. Rất nhiều ý niệm thanh cao, quý giá trong tâm hồn chúng ta có thể chỉ vì lòng ganh tỵ mà phút chốc bỗng tan biến mất.

Lòng ganh tỵ cũng làm cho chúng ta đôi khi phải khổ sở, khó chịu một cách vô lý. Chúng ta dù biết là không tốt nhưng vẫn cứ thấy dằn vặt, không hài lòng khi một người nào đó thành đạt hơn mình.

Khi mở rộng lòng thương yêu, chúng ta xóa bỏ ngay được những ý niệm ganh tỵ vừa sinh khởi, cũng như ánh mặt trời làm tan nhanh những giọt sương mai. Bởi vì khi đã thương yêu ai đó thật lòng, ta không thể nào khởi lên ý niệm ganh tỵ với những thành công của người ấy. Thậm chí ta còn có thể sẵn lòng hy sinh, san sẻ những thành công của chính mình cho họ, thì làm sao còn có thể có tâm niệm nhỏ nhen ganh tỵ?

Khi nuôi dưỡng lòng thương yêu, bạn cũng xóa bỏ được lòng hận thù, căm ghét. Trong tâm lý thông thường, chúng ta vẫn quan niệm một cách sai lầm về việc nuôi dưỡng lòng hận thù đối với những kẻ đã xúc phạm hay gây thương tổn cho chúng ta, cho rằng đó là điều "tất nhiên và chính đáng". Nhiều người còn xem việc "ân oán phân minh" như một phương châm sống. Họ thường cho rằng: "Có ân không báo, có oán không trả thì không đáng làm người."

Nghe ra cũng có vẻ hợp lý và dễ thuyết phục! Tuy nhiên, thực tế hoàn toàn không đúng như vậy. Ngay cả với những kẻ đã gây thương tổn hay xúc phạm chúng ta, thì việc rắp tâm "báo oán" hay nuôi dưỡng lòng thù hận không những là một việc hoàn toàn vô ích, mà ngược lại còn tiếp tục làm tổn thương chính bản thân ta và người khác.

Khi bạn đã nhận một cái tát của ai đó vào mặt, nếu bạn tát lại người ấy một cái thì điều đó cũng không làm thay đổi việc bạn đã bị tổn thương. Ngược lại, nếu bạn đau đớn và tức tối khi bị xúc phạm thì người kia cũng không thoát khỏi tâm trạng ấy, và vì thế hành động trả đũa chỉ có thể làm nhân đôi nỗi khổ đau đối với cả hai chứ không làm giảm đi chút nào về phía bạn.

Nhưng những gì có thể xảy ra tiếp theo sau đó lại càng đáng sợ hơn. Bởi vì người kia sẽ chẳng mấy khi cho rằng việc nhận lại của bạn một cái tát là hợp lý. Và có nhiều khả năng họ sẽ tiếp tục "trả đũa" bằng một hành vi mạnh mẽ hơn... Và nếu vấn đề không dừng lại ở đây thì những xung đột sẽ ngày càng trở nên nghiêm trọng là điều tất yếu.

Vì thế, trong Kinh Thánh dạy rằng: "Nếu bị ai vả vào má bên phải, thì hãy giơ cả má bên trái ra nữa." (Mt 6, 39) Ý nghĩa lời dạy này chính là muốn xóa bỏ sự hận thù và chấm dứt xung đột ngay khi nó vừa sinh khởi.

Trong kinh Pháp cú (kệ số 5, phẩm Song yếu) đức Phật dạy rằng:

"Lấy hận diệt hận thù,
Đời này không có được.
Không hận diệt hận thù,
Là định luật ngàn xưa."

Ở đây, "không hận diệt hận thù" không chỉ là một lời khuyên cao cả, tốt đẹp, mà hơn thế nữa, chính là một quy luật tất yếu mà người khôn ngoan luôn nhận ra để tuân theo.

Khi sự hận thù không còn là giữa hai cá nhân mà đã phát triển giữa các gia đình, dòng tộc hay cộng đồng, dân tộc... hậu quả của nó lại càng vô cùng tai hại. Bởi vì, trong những trường hợp ấy thì có rất nhiều khả năng là các thành viên nhỏ tuổi trong cộng đồng - những em bé còn ngây thơ trong trắng - đã bắt đầu bị đầu độc bởi sự hận thù ngay từ khi chưa thể tự mình có được một nhận thức về sự việc. Vì thế, các em sẽ lớn lên với những định kiến và lòng thù hận ăn sâu trong tâm hồn, rất khó lòng tháo gỡ hay dẹp bỏ.

Trong những trường hợp ấy, chỉ khi nào chân lý "không hận diệt hận thù" được mọi người nhận ra và thực hiện thì mới có cơ may chấm dứt được chuỗi đau khổ kéo dài cho cả đôi bên.

Khi nuôi dưỡng lòng thương yêu, bạn xóa bỏ được lòng hận thù ngay từ khi nó vừa manh nha sinh khởi. Bởi vì lòng thương yêu luôn đi cùng với sự cảm thông và tha thứ, nên những hành vi xúc phạm hay gây thương tổn cho bạn luôn được phán đoán với một trí tuệ khách quan để thấy rõ những nguyên nhân sâu xa của sự việc, từ đó mọi sai lầm đều có thể được cảm thông và tha thứ. Trường hợp của vua Lý Thái Tông như vừa kể trên là một điển hình cụ thể cho nhận xét này.

Như đã nói, các vua triều Lý phần lớn đều nhân từ, khoan hậu. Khi vua Lý Thái Tông mất vào năm 1054, thái tử Lý Nhật Tôn lên nối ngôi tức là vua Lý Thánh Tông, và ông cũng là một vị vua nhân đức không kém cha mình.

Mùa đông năm 1055, trời rét như cắt thịt. Vua bảo các quan: "Trẫm ở trong cung, sưởi than xương thú, mặc áo lông chồn mà còn rét thế này. Nghĩ đến những người tù bị giam trong ngục, ăn không no bụng, mặc chẳng kín thân, khốn khổ vì đói rét, trẫm rất thương xót. Vậy lệnh cho hữu ty cấp phát đủ chăn chiếu và cho ăn ngày hai bữa."[1]

Tháng 4 năm 1064, vua ngự điện Thiên Khánh xử kiện, công chúa Động Thiên (洞天) đứng hầu bên cạnh. Vua chỉ vào công chúa mà nói với ngục lại: "Ta lấy tấm lòng của bậc cha mẹ mà đối với dân, cũng như yêu con ta đây. Dân vì không hiểu biết nên mới mắc tội, ta rất thương xót. Từ nay, không cứ tội nặng hay nhẹ đều nhất loạt khoan giảm."[2]

---

1 Việt sử cương mục tiết yếu, quyển 1, kỷ Nhà Lý - bản dịch của Hoàng Văn Lâu, trang 103, NXB Khoa học Xã hội.

2 Việt sử cương mục tiết yếu (Sách đã dẫn, trang 104). Riêng câu đầu tiên của đoạn này có nhiều bản dịch khác nhau. Trong nguyên tác chữ Hán viết là: 吾父母斯民之心, 犹愛吾子也. (Ngô phụ mẫu tư dân chi tâm, do ái ngô tử dã.) Có sách dịch là: "Lòng ta yêu con cũng như lòng cha mẹ dân yêu dân." Như vậy thì sai hẳn nguyên tác. Còn Hoàng Văn Lâu dịch là: "Ta là cha mẹ dân. Lòng ta yêu dân cũng như yêu con gái ta đây." Tuy cũng không sai ý nhưng lại chưa sát với nguyên văn. Vì thế chúng tôi xin tạm dịch lại là: "Ta lấy tấm lòng của bậc cha mẹ mà đối với dân, cũng như yêu con ta đây." Xin ghi rõ để độc giả tiện tham khảo.

Những người cai trị đất nước xưa nay vẫn ghét nhất là bọn tội phạm, bởi mọi sự rối rắm, bất ổn trong xã hội đều do chúng mà ra. Vì thế, nếu không có một tấm lòng thương yêu chân thật và sẵn sàng cảm thông tha thứ thì không thể có được những lời nói và hành động như trên.

Vua cũng thường xuyên ban lệnh đại xá cho khắp trong thiên hạ. Đặc biệt, vào tháng 4 năm 1070, trời nắng hạn, vua sai mở kho phát tiền gạo chẩn cấp cho dân nghèo. Đây cũng là điều ít thấy trong các triều vua xưa nay.

Tuy nhiên, cũng như trường hợp của vua Lý Thái Tông, chúng ta có thể thấy rõ là sự khoan hòa của vua Lý Thánh Tông không phải là nhu nhược, yếu kém.

Vào đầu năm 1069, quân Chiêm Thành thường xuyên quấy nhiễu biên giới, vua liền giao việc triều chính cho Nguyên phi Ỷ Lan rồi thân hành dẫn quân đi đánh. Quân Chiêm chống cự dai dẳng không thắng được, vua liền thu quân trở về. Về đến châu Cư Liên,[1] thấy dân tình an ổn, hòa hợp, mọi người đều ca ngợi việc trị nước của Nguyên phi Ỷ Lan. Vua cảm khái nói rằng: "Một người đàn bà giữ việc nước mà còn được như thế. Ta là đàn ông, đi đánh một nhóm giặc Chiêm mà không xong việc, có còn đáng là nam nhi hay chăng?" Nói rồi quả quyết quay lại đánh nữa, bắt được vua Chiêm là Chế Củ với 5 vạn tù binh.

---

[1] Địa danh này đến nay cũng chưa rõ là ở đâu.

Đến tháng 7, vua Chiêm xin dâng đất 3 châu là Địa Lý, Bố Chính và Ma Linh để chuộc tội, vua liền tha cho về nước.[1]

Vua lấy lòng thương dân làm giềng mối cai trị, cho đến những kẻ phạm tội bị giam trong tù ngục cũng rũ lòng thương. Nhưng khi quân giặc quấy nhiễu, vẫn đủ sức mạnh để trấn áp, thu phục. Rõ ràng không thể nói là lòng thương yêu dẫn đến sự nhu nhược, yếu đuối.

Lòng thương yêu có thể dập tắt mọi hận thù. Khi thương yêu thì người ta có thể sẵn lòng cảm thông và tha thứ, ngay cả đối với những kẻ đã xúc phạm hoặc gây thương tổn cho mình. Bởi vì dưới ánh mắt thương yêu thì ngay cả những việc làm tàn bạo nhất, hung hãn nhất cũng chỉ là sự biểu lộ của ngu si và thiếu hiểu biết, vì thế cần được cảm thông và tha thứ hơn là căm ghét và thù hận.

Chúng ta cũng biết những điều như trên vẫn chưa phải là nhận thức của hết thảy mọi người. Trong suy nghĩ thông thường của nhiều người, việc căm ghét và trừng trị kẻ ác vẫn được xem là điều tự nhiên, thậm chí là cần thiết để bảo vệ trật tự xã hội. Tuy nhiên, nhận thức như vậy chỉ đúng theo một khía cạnh nào đó mà thôi, vì cho dù có ngăn ngừa được phần nào tội phạm, nhưng rõ ràng là chúng ta không thể diệt sạch mọi tội lỗi trong xã hội này bằng vào sự trừng phạt, mà chỉ có thể bằng vào sự thương

---

[1] Ba châu này ngày nay thuộc về các tỉnh Quảng Bình và Quảng Trị.

yêu và cảm hoá. Tội ác và người phạm tội ác là hai vấn đề. Chúng ta không bao giờ thoả hiệp hay dung dưỡng tội ác, nhưng để tâm căm ghét những người phạm tội ác là điều sai lầm. Bởi vì một khi đã thực sự ăn năn hối cải thì bất cứ người phạm tội nào cũng vẫn có thể trở thành người tốt. Và sự thương yêu, tha thứ của chúng ta chính là cánh cửa rộng mở để những người lầm lạc còn có cơ hội quay trở lại đường ngay nẻo chính.

Thương yêu và tha thứ chính là sức mạnh mãnh liệt nhất có thể làm thay đổi môi trường sống của chúng ta theo hướng tích cực hơn. Ngay khi mỗi người trong chúng ta biết mở rộng lòng thương yêu và tha thứ, tự thân chúng ta sẽ cảm nhận được những thay đổi của bản thân mình và của mọi người chung quanh. Và nếu như tất cả mọi người đều mở rộng lòng thương yêu, tha thứ, có lẽ chúng ta sẽ không còn có thể tìm đâu ra một xã hội tốt đẹp hơn thế nữa!

Này người bạn trẻ, trong những bước chân đầu đời của bạn, xin đừng quên lời nhắn nhủ này. Bạn có thể sẽ thành đạt vẻ vang về phương diện vật chất nhờ vào sự giúp đỡ của người này, người khác, nhưng không ai có thể mang được những phẩm chất tốt đẹp như lòng thương yêu và tha thứ đến cho bạn. Bạn chỉ có thể có được phẩm chất cao quý này nhờ vào một nhận thức đúng đắn và sự rèn luyện, thực hành ngay trong cuộc sống mà thôi.

Nền tảng tâm linh

Một trong những vốn quý mà tất cả chúng ta đều có chính là một nền tảng tâm linh. Nếu bạn thừa nhận với tôi bạn là một người dân Việt, tôi có thể đoan chắc là bạn đã sẵn có một nền tảng tâm linh nhất định, cho dù là bạn có nhận biết điều đó hay không.

Nền văn hóa Việt là một nền văn hóa dựa trên những nền tảng tâm linh. Chúng ta đã từng có những cơ hội tiếp xúc với các nền văn hóa lớn, và trong những bối cảnh tiếp xúc đó, chúng ta luôn dựa trên những nền tảng tâm linh để tiếp thu và dung hòa. Chính nhờ đó mà lịch sử đã chứng minh một điều là văn hóa Việt khi tiếp thu các nền văn hóa khác chưa từng đánh mất bản sắc của mình.

Truyền thống thờ cúng ông bà, tổ tiên là một trong những giá trị tâm linh mà tôi có thể viện dẫn ra để chứng minh cho những nền tảng của nền văn hóa Việt. Chúng ta không tiếp thu truyền thống này từ bất cứ nền văn hóa ngoại lai nào khác, mà thực sự là đã được thừa hưởng từ các thế hệ ban sơ của tổ tiên người Việt.

Vào khoảng đầu Công nguyên, chúng ta bắt đầu được tiếp xúc với Phật giáo nhờ có các thương nhân Ấn Độ tìm đến nước ta bằng đường biển. Một số thương nhân là Phật tử, và có lẽ họ đã mời thỉnh chư tăng đi theo thuyền buôn của họ để có một chỗ dựa tinh thần trên đường vượt biển. Các vị tăng sĩ Phật giáo này khi đến nước ta đã khởi đầu việc truyền bá giáo lý đạo Phật. Và vì thế, các nhà nghiên cứu đã tìm thấy những chứng cứ cho thấy đạo Phật đã phát triển khá sớm ở nước ta so với Trung Hoa thời đó.

Sách Thiền uyển tập anh chép truyện Quốc sư Thông Biện dẫn lời pháp sư Đàm Thiên của Trung Hoa nói rằng: "Xứ Giao Châu có đường thông với Thiên Trúc. Khi Phật pháp mới đến Giang Đông chưa khắp thì ở Luy Lâu đã có tới 20 ngôi bảo tháp, độ được hơn 500 vị tăng và dịch được 15 quyển kinh rồi. Như vậy là Phật giáo đã truyền đến Giao Châu trước nước ta."[1]

Giao Châu là tên gọi nước ta thời Bắc thuộc, và Luy Lâu là trung tâm của Giao Châu thời ấy (nay thuộc huyện Thuận Thành, tỉnh Hà Bắc), còn Thiên Trúc là tên gọi ngày xưa để chỉ nước Ấn Độ. Đoạn trích dẫn này cho thấy rõ là chính người Trung Hoa cũng đã thừa nhận việc Phật giáo truyền đến Việt Nam và phát triển sớm hơn. Trong các truyện cổ của ta, có truyện Chử Đồng Tử cho thấy có bóng dáng của Phật giáo, và danh từ "Bụt" xuất hiện trong nhiều truyện cổ tích chính là cách phiên âm chữ "Buddha" trong tiếng Phạn (ngôn ngữ thời cổ của Ấn Độ) của người Việt thuở xưa. Cũng danh từ này, người Trung Hoa phiên âm bằng chữ 佛陀 và người Việt chúng ta đọc theo âm Hán Việt là Phật-đà, rồi sau giản lược

---

[1] Thiền uyển tập anh - Bản Việt dịch của Ngô Đức Thọ và Nguyễn Thúy Nga, trang 89, NXB Văn học.

chỉ còn một âm là Phật. Vì là phiên âm trực tiếp nên ta có thể thấy âm "Bụt" gần với nguyên ngữ hơn là âm "Phật".

Khi tiếp nhận những giáo lý về luân hồi và nghiệp quả của đạo Phật, người Việt đã không từ bỏ những nền tảng tâm linh truyền thống trước đó của mình, mà ngược lại đã sử dụng chính những giáo lý của đạo Phật để giải thích cho niềm tin vốn có của mình. Vì thế, Phật giáo khi du nhập vào văn hóa Việt đã không còn thuần túy là Phật giáo như ở cội nguồn của nó là Ấn Độ. Điều này ngay cả cho đến ngày nay chúng ta vẫn còn có thể thấy được.

Người Việt thờ cúng ông bà, tổ tiên và tin chắc rằng trong các dịp cúng giỗ hằng năm các vị luôn quay về với con cháu. Niềm tin này cho đến nay vẫn không thay đổi. Người Việt ngày nay dù theo bất cứ tôn giáo nào cũng không từ bỏ việc cúng giỗ ông bà hoặc cha mẹ đã mất.

Thuyết luân hồi và nghiệp quả của Phật giáo nói rằng tất cả chúng sanh do nghiệp đã tạo mà phải chịu trôi lăn trong vòng sanh tử, phải tái sanh vào các cảnh giới khác nhau tùy theo nghiệp lành hay dữ đã tạo.

Người Việt tiếp nhận giáo lý này như một sự giải thích phù hợp với niềm tin của mình. Đó là tổ tiên, ông bà hay cha mẹ đã mất vẫn còn tồn tại, để có thể trở về với con cháu vào mỗi dịp cúng giỗ, thậm chí là còn luôn hiện diện bên cạnh con cháu để phù hộ, giúp đỡ vào những lúc cần thiết.

Nhưng nếu đứng từ một góc độ khách quan để so sánh giữa niềm tin của người Việt chúng ta như trên với những gì thuần túy là giáo lý Phật giáo, chúng ta sẽ thấy rõ là có sự khác biệt. Giáo lý đạo Phật dạy rằng "con người sau khi chết sẽ tái sanh tùy theo nghiệp lực", và hiểu đúng theo ý này thì tổ tiên, ông bà, hay cha mẹ đã mất của chúng ta cũng đều phải chịu tái sanh vào một đời sống khác tùy theo nghiệp thiện ác mà họ đã tạo. Mà như vậy thì không thể có chuyện tổ tiên, ông bà hay cha mẹ đã mất có thể hiện diện mãi mãi bên con cháu, hoặc quay về chứng giám trong những dịp cúng giỗ.

Tuy nhiên, bất chấp sự khác biệt này, người Việt vẫn tiếp thu đạo Phật theo cách của mình, và tất cả Phật tử Việt Nam đều xem việc thờ cúng tổ tiên, ông bà hay cha mẹ đã mất là điều hoàn toàn phù hợp với giáo lý nhà Phật. Ngay cả những người đã xuất gia sống đời tăng sĩ vẫn không từ bỏ việc giỗ cúng ông bà, cha mẹ hằng năm. Và họ còn vận dụng niềm tin này vào cả trong đạo pháp, nên các vị thầy, tổ đã viên tịch cũng đều được giỗ kỵ hằng năm.

Sự tiếp thu theo cách như trên đã tạo điều kiện để duy trì được truyền thống tâm linh truyền lại từ bao thế hệ trước, nhưng đồng thời cũng không hề đánh mất đi những giá trị tích cực trong giáo lý nhà Phật. Bởi vì, nếu nhìn từ một góc độ khác thì việc cúng giỗ tổ tiên, ông bà hay cha mẹ đã mất cũng có thể xem là mang ý nghĩa tri ân, bày tỏ sự nhớ ơn của con cháu đối với những bậc sinh thành. Và điều này không hề ngăn cản chúng ta thực hành những lời dạy tốt đẹp của đức Phật.

Một sự tiếp thu có thay đổi khác nữa có thể nhận ra là cách vận dụng giáo lý nhân quả. Đạo Phật dạy rằng mọi hành vi của chúng ta đều mang lại những kết quả nhất định, rằng những điều ác sẽ mang lại ác nghiệp và những điều lành sẽ mang lại thiện nghiệp.

Người Việt khi tiếp thu giáo lý này đã vận dụng ngay thành một niềm tin đơn sơ nhưng chắc chắn trong ứng xử: "Ở hiền gặp lành, gieo gió gặt bão". Nhưng không dừng lại ở đó, kết hợp thêm với truyền thống gắn bó giữa ông bà, cha mẹ và con cháu, người Việt đã đi đến quan niệm "Đời cha ăn mặn, đời con khát nước", hay thậm chí đi xa hơn nữa là "Con gái nhờ đức cha, con trai nhờ đức mẹ". Và cũng từ những quan niệm này, người Việt luôn xem mọi thành quả tốt đẹp hay sự an ổn trong cuộc sống của mình đều là nhờ nơi âm đức của tổ tiên, nhờ phúc đức của ông bà, cha mẹ để lại.

Nhưng nếu hiểu đúng theo giáo lý nhân quả của đạo Phật thì vấn đề có phần khác biệt. Bởi Phật giáo chỉ rõ rằng nghiệp báo là vấn đề của mỗi người, vì thế các nghiệp thiện ác là "ai làm nấy chịu", cho dù là cha mẹ với con cái hay bà con thân tộc cũng không thể thay thế cho nhau được. Vì thế, hiểu đúng theo giáo lý nhà Phật thì cha mẹ không thể "để đức" cho con được, mà chính bản thân đứa con vốn đã có những nghiệp thiện ác từ trước để phải nhận lãnh.

Nhưng bất chấp sự khác biệt này, tất cả Phật tử Việt Nam đều giữ nguyên vẹn niềm tin như trên một cách sâu sắc, và họ cũng không hề thấy rằng việc tin như vậy là có mâu thuẫn gì với giáo lý nhân quả của nhà Phật.

Sự tiếp thu có thay đổi này tạo nên một bản sắc riêng của Phật giáo Việt Nam, bởi vì cho dù có những thay đổi nhưng đạo Phật vẫn được tiếp nhận và truyền bá, và những thay đổi theo cách này không hề làm sai lệch đi phần cốt lõi của giáo lý đạo Phật. Như trong trường hợp chúng ta vừa nêu, niềm tin của người Việt dù có phần khác biệt, nhưng chung quy vẫn là dẫn đến một ý hướng khuyến khích việc làm lành lánh dữ. Mà khi xét đến điểm này thì rõ ràng là đã hòa nhập hoàn toàn với tôn chỉ của đạo Phật.

Còn rất nhiều điểm nữa có thể chỉ ra tương tự như trên trong quá trình tiếp thu các nền văn hóa khác nhau vào văn hóa Việt, nhưng có lẽ tạm nêu một vài điểm như thế cũng đã đủ chứng minh cho một nền tảng tâm linh vững vàng của văn hóa Việt ngay từ những ngày ban sơ của dân tộc.

Sự duy trì và bồi đắp những nền tảng tâm linh của dân tộc chính là nguyên nhân tạo nên sức mạnh phi thường, khiến cho một dân tộc tuy nhỏ bé nhưng không hề bị đồng hóa bởi một dân tộc khác lớn hơn gấp nhiều lần trong suốt cả ngàn năm đô hộ.

Còn hơn thế nữa, điều này đã cho phép chúng ta tiếp thu và sử dụng một cách tích cực các yếu tố văn hóa ngoại lai mà không để cho nó làm lung lay cội rễ của mình. Việc sử dụng chữ Hán và kèm theo đó là một nền giáo dục theo Khổng-Mạnh trong suốt thời kỳ phong kiến đã chứng minh điều này.

Việc sáng chế ra chữ Quốc ngữ bằng phương pháp La-tinh hóa chữ Nôm là một thành tựu lớn lao tạo điều kiện cho sự phát triển nhanh chóng vượt bậc của nền văn hóa Việt trong thời cận hiện đại.

Nhưng chúng ta đều biết là những người đầu tiên khởi xướng việc sáng tạo chữ Quốc ngữ không phải là người Việt, và họ không làm điều đó với ý hướng thực sự tốt đẹp là giúp đỡ chúng ta. Các nhà truyền giáo phương Tây xem đây là phương tiện tốt nhất để truyền đạo, còn nhà cầm quyền Pháp thì xem như một biện pháp để lôi cuốn giới trí thức theo về Tây học, nhằm đánh bật cội rễ hàng ngàn năm của nền Hán học lúc bấy giờ đang gắn chặt với quan điểm "trung quân ái quốc" và bài xích văn hóa phương Tây.

Vấn đề đã không đi theo đúng hướng như họ mong muốn. Người Việt nhanh chóng nhận ra những lợi thế của chữ Quốc ngữ nên đã tích cực đóng góp vào việc hình thành và phát triển loại chữ mới này, nhưng không phải để tiếp thu văn hóa phương Tây về thay thế cho những nền tảng văn hóa Việt, mà là sử dụng nó như một công cụ hữu ích để bảo vệ và phát triển mạnh mẽ nền văn hóa Việt, thậm chí là được vận dụng ngay trong cuộc chiến tranh chống Pháp. Thơ ca, hò vè tuyên truyền cho kháng chiến đã được phổ biến dễ dàng và hiệu quả hơn nhờ có chữ Quốc ngữ. Quả đúng là "gậy ông lại đập lưng ông"!

Này người bạn trẻ, như bạn đã thấy đó. Các thế hệ cha ông của chúng ta đã không uổng mang dòng máu Lạc Hồng, đã không để mất đi những nền tảng văn hóa truyền thống từ cội nguồn tổ tiên truyền lại.

Nhưng lịch sử là một sự lặp lại có biến đổi. Chúng ta ngày nay không phải là không có những mối đe dọa xâm thực từ các yếu tố văn hóa ngoại lai. Thậm chí còn có thể là nguy hại và đáng sợ hơn cả ngày xưa nữa.

Và con đường mà cha ông ta đã đi là những kinh nghiệm quý báu mà ta không thể không nhớ đến. Vũ khí mà bao thế hệ trước đã dùng để bảo vệ nền văn hóa Việt không gì khác hơn là nền tảng tâm linh sâu thẳm mà trong mỗi chúng ta đều sẵn có. Chỉ cần bạn nhớ duy trì và vun bồi cho truyền thống tâm linh ấy, bạn sẽ được bảo vệ để chống lại bất cứ sự xâm thực nào của các yếu tố văn hóa ngoại lai.

Bạn không phải tìm đâu xa mới có thể nhận biết được những nền tảng tâm linh của chúng ta đang được vun bồi hay đang suy thoái. Hãy quan sát những ngày kỵ giỗ ông bà trong gia đình và thái độ của từng người con đối với ngày thiêng liêng ấy.

Một số bạn trẻ ngày nay không tự mình cảm nhận được ý nghĩa thiêng liêng của những ngày kỵ giỗ, và đôi khi tham dự một cách miễn cưỡng do cha mẹ hay những người lớn bắt buộc. Đây là một trong những dấu hiệu suy thoái của nền tảng tâm linh trong văn hóa Việt. Những bạn trẻ này, một ngày nào đó sẽ không còn thấy cần thiết phải có một bàn thờ tổ tiên, ông bà trong gia đình nữa, và họ sẽ không còn được bảo vệ bởi những sức mạnh vô hình sâu xa trong nền tảng tâm linh dân tộc.

Từ ngàn xưa, mối quan hệ chặt chẽ trong gia đình, dòng tộc và làng xóm vẫn là đặc trưng nổi bật nhất trong nền văn hóa Việt.

Trong suốt hàng ngàn năm Bắc thuộc, tổ tiên ta vẫn vững vàng "cố thủ" sau những lũy tre xanh ấn định "biên giới bất khả xâm phạm" của làng xã. Sinh hoạt của người dân trong làng xã và các mối quan hệ chặt chẽ với nhau là điều mà quan quân đô hộ không sao lay chuyển nổi. Bởi thế đã hình thành từ lâu câu tục ngữ: "Phép vua thua lệ làng." Và chính điều này đã tạo điều kiện để những phong tục, tập quán của dân tộc được truyền lại qua từng thế hệ nối tiếp nhau.

Người dân sống chung trong một làng có quan hệ với nhau thân thiết đến nỗi khi có một người đỗ đạt vinh hiển thì hầu như cả làng đều cảm thấy vui theo trong niềm tự hào, vinh dự chung... Và quan trọng hơn nữa, mỗi làng đều có thờ một vị thành hoàng. Tuy là một vị thần nhưng được tôn kính như một người cha chung, luôn thương yêu và bảo vệ, che chở cho tất cả con cái trong làng. Ở một số làng, thành hoàng còn có thể là những nhân vật có thật trong lịch sử, chính là một người dân của làng đã có những đóng góp lớn lao cho đất nước hoặc cho dân làng, hoặc đã có công dạy nghề giúp dân làng sinh sống... Vì thế, cũng giống như việc thờ cúng tổ tiên, người Việt thờ thành hoàng như một hình thức bày tỏ lòng biết ơn sâu sắc không phai nhạt theo thời gian.

Thu hẹp hơn quan hệ làng xã là quan hệ dòng tộc, về quy mô là nhỏ hẹp hơn vì thế cũng chặt chẽ hơn. Ngày xưa - thậm chí đến nay vẫn còn ở một số nơi - mỗi làng chỉ có một số ít tộc họ nhất định, và mỗi tộc họ thường có một nhà thờ chung (từ đường). Quan hệ của những người trong cùng tộc họ rất chặt chẽ, gắn bó. Vị trưởng tộc có quyền quyết định nhiều vấn đề quan trọng liên quan đến các thành viên trong tộc họ, và đồng thời cũng có trách nhiệm dìu dắt, nâng đỡ mọi người... Người trong một tộc họ khi lưu lạc làm ăn phương xa vẫn phải nhớ những ngày kỵ giỗ chính để quay về, hoặc cử đại diện về tham dự.

Và quan hệ chặt chẽ nhất vẫn là quan hệ trong gia đình. Mối quan hệ này đến nay vẫn còn để lại nhiều dấu ấn cho thấy tính chất quan trọng của nó tự thuở xa xưa. Chẳng hạn, ngày xưa trong hôn nhân người Việt theo quan niệm "cha mẹ đặt đâu con ngồi đấy". Ngày nay chúng ta cho rằng quan niệm này không còn hợp thời nữa, nhưng nó vẫn cho chúng ta thấy được vai trò quyết định và trách nhiệm của các bậc cha mẹ ngày xưa lớn lao như thế nào, cũng như sự phụ thuộc lẫn nhau của các thành viên trong gia đình là chặt chẽ biết bao. Con cái đối với cha mẹ phải vâng lời tuyệt đối, ngay cả những vấn đề mà ngày nay ta gọi là "riêng tư". Quan hệ anh chị em cũng hết sức chặt chẽ, chẳng hạn như quan niệm "quyền huynh thế phụ" cho thấy là người anh có quyền hạn và trách nhiệm với các em không kém người cha, nhất là khi người cha chẳng may mất sớm. Trong quan hệ vợ chồng thì "phu xướng, phụ tùy", hay thân mật hơn là lời khuyên "chồng giận thì vợ bớt lời...".

Ngày nay, bạn có thể cho rằng những mối quan hệ được quy định như trên có vẻ gì đó chuyên chế, không công bằng... Và thực tế là nhiều người đã không còn tuân theo như thế, chẳng hạn như trong quan hệ cha mẹ với con cái, anh chị đối với các em, vợ chồng đối với nhau...

Tuy nhiên, nếu chúng ta xét trong bối cảnh xưa kia của những quan hệ ấy, chúng ta mới thấy được tính chất tích cực của chúng. Bởi vì, sự quy định vai vế, trật tự trên dưới ngày xưa là kèm theo đó cũng quy định trách nhiệm nặng nề về phía những người "có quyền". Cha mẹ phải lo lắng cho cuộc sống và hạnh phúc của con cái, thậm chí cho đến lúc đã có cháu nội, cháu ngoại. Anh chị phải có trách nhiệm với các em, thậm chí cho đến khi những người em đã lập gia đình và có con cái lớn khôn. Người chồng phải có trách nhiệm đối với đời sống và hạnh phúc gia đình, tự mình gánh vác để đem lại một cuộc sống sung túc cho vợ con...

Cái quy định "bất thành văn" về quyền và trách nhiệm ấy đã tồn tại từ bao đời, và chính nó đã đảm bảo sự chung sống hạnh phúc của nhiều thế hệ nối tiếp nhau trong một đại gia đình, như xưa kia gọi là "tứ đại đồng đường", nghĩa là 4 thế hệ cùng sống chung một nhà. Nó cũng đảm bảo một tỷ lệ ly hôn thấp đến mức hiếm hoi, không đáng kể. Bởi vì như câu ca dao xưa đã diễn đạt rất mộc mạc:

Con vua lấy thằng bán than,
Nó dắt lên ngàn cũng phải đi theo.

Đã "phải đi theo" lên ngàn xuống bể, thì hẳn là chỉ có thể nghĩ đến việc xây dựng hạnh phúc gia đình sao cho tốt đẹp hơn, chứ không ai còn nghĩ đến một khả năng thay thế nào khác. Vì vậy mà ít có cặp vợ chồng nào nghĩ đến chuyện ly hôn.

Quay nhìn lại sự thay đổi trong nhiều năm qua, chúng ta không khỏi lo lắng khi nhận ra một điều là, các mối quan hệ truyền thống đang có khuynh hướng thu hẹp dần. Quan hệ làng xã ngày nay đã khác hẳn xưa kia, phần lớn chỉ còn là mối quan hệ trong quản lý hành chánh. Quan hệ dòng tộc cũng không còn chặt chẽ, mỗi gia đình đang có khuynh hướng trở thành một "dòng tộc" nhỏ, thay vì là mối quan hệ chung của nhiều gia đình trong tộc họ như xưa kia.

Và quan hệ trong gia đình cũng thay đổi khác xưa theo hướng đáng lo ngại. Nhiều bậc cha mẹ ngày nay tuy được cấp dưỡng đầy đủ nhưng không có được sự chăm sóc tinh thần đúng mức, không được thỏa mãn nhu cầu tình cảm qua việc gần gũi với các thế hệ con cháu như xưa kia, đơn giản chỉ là vì hầu hết các cặp vợ chồng trẻ đều có một mái nhà riêng hoặc mãi bận bịu với công danh sự nghiệp. Và cũng do đó, quan hệ anh chị em chỉ còn là quan hệ huyết thống đơn thuần, những gì thuộc về phạm vi trách nhiệm và quyền hạn không còn được mấy ai quan tâm đến. Bởi vì mỗi người đều có một gia đình riêng với những lo toan riêng...

Nhưng điều đáng lo ngại nhất vẫn là mối quan hệ vợ chồng. Với những "quan điểm mới" ngày nay, tỷ lệ ly hôn đang gia tăng đến mức đáng sợ, thay vì là hình thành những gia đình hạnh phúc hơn như người ta vẫn tưởng khi có được một sự "công bằng hợp lý" trong quan hệ vợ chồng. Khi người ta không hướng đến sự gắn bó và xây dựng lẫn nhau để ngày càng tốt đẹp hơn, mà chỉ hướng đến việc khẳng định cái tôi của mình hay tìm kiếm, phát hiện những khiếm khuyết của nhau, thì sự không thỏa mãn, thất vọng cũng là điều dễ hiểu...

Này người bạn trẻ, một sự hiểu biết về những nền tảng tâm linh của dân tộc - cũng có nghĩa là của chính bạn trong sâu thẳm tâm hồn - là vô cùng cần thiết để bảo vệ bạn trước sự tấn công của các yếu tố văn hóa ngoại lai. Nhưng hơn thế nữa, điều này sẽ mang lại cho bạn một sự bình an, vững chãi trong cuộc sống, giúp bạn có thể tự tin vượt qua những sóng gió, thử thách của đời sống, bởi vì bạn luôn được sống trong sự bảo vệ về mặt tinh thần bởi các giá trị nền tảng tâm linh ấy.

Khi bạn nhận thức đầy đủ về những nền tảng tâm linh của chính mình, bạn thiết lập trở lại được mối quan hệ chặt chẽ giữa bản thân với tổ tiên nhiều đời, với cội nguồn dân tộc, và gần gũi hơn là với anh chị em trong gia đình, với cha mẹ, ông bà, với tất cả những người đang sống chung trong cộng đồng quanh bạn. Và khi bạn lập gia đình, bạn sẽ có được mối quan hệ tốt đẹp và bền vững với người bạn đời của mình.

Này người bạn trẻ, những gì tôi vừa nói không phải chỉ là những suy luận hay lý thuyết trừu tượng khó nắm bắt... Trong thực tế, đó là kinh nghiệm quý giá được chắt lọc từ nhiều thế hệ đã qua. Nếu chúng ta không sáng suốt nhận biết để gìn giữ những gì đang có, một ngày kia chắc chắn ta sẽ phải hối tiếc khi mọi việc đã qua đi.

Khám phá điều mới lạ

Một trong những thôi thúc mạnh mẽ nhất ở ngưỡng cửa vào đời của bạn chính là sự khao khát muốn khám phá những điều mới lạ. Đây là một động lực chính đáng, và sự thôi thúc này có thể giúp bạn luôn vươn cao, vươn xa trong cuộc sống.

Mặc dù vậy, như một chú ngựa non lần đầu tiên giong ruổi trên con đường thiên lý, bạn không thể không quan tâm đến những chướng ngại vật, cạm bẫy hay những ngã rẽ dẫn đến hiểm nguy.

Cuộc sống cũng đầy rẫy những hố hầm, cạm bẫy và hiểm nguy, xét theo ý nghĩa là nếu bạn không có một nhận thức đúng đắn, bản lĩnh vững vàng, bạn sẽ có thể dễ dàng bị cuốn hút vào những sa đọa không lối thoát.

Sự tự tin vào kinh nghiệm bản thân không có nghĩa là phủ nhận mọi niềm tin đối với những người đi trước. Bởi vì có những kinh nghiệm mà bạn chỉ được quyền nhận lấy từ những người đi trước mà không được phép trải qua, dù chỉ một lần. Lấy ví dụ như vấn đề ma túy chẳng hạn. Sự dại dột, dù chỉ một lần, cũng có thể đã là quá đủ để dìm chết cuộc đời của bạn.

Vì thế, sự khám phá những điều mới lạ là một trò chơi lớn rất thú vị nhưng có những quy luật nhất định của nó mà bạn phải tuân thủ, nếu muốn ngăn ngừa những điều đáng tiếc có thể xảy ra.

Một con ngựa không thể đi đúng đường nếu không tuân theo sự điều khiển của dây cương. Bạn không thể vững bước trên đường đời mà không có những nguyên tắc nhất định để tuân theo. Một trong những sợi dây cương của bạn chính là những nền tảng đạo đức đã được hun đúc từ thuở nhỏ.

Theo nguyên tắc thứ nhất này, bạn có thể tự mình khám phá bất cứ đề tài mới lạ nào, nhưng đừng bao giờ đi ngược lại những nguyên tắc đạo đức đã có. Đây là "vùng cấm địa" mà bạn không nên viện dẫn bất cứ lý do nào để bước vào. Kinh nghiệm bản thân của bạn còn quá ít oi để có thể hiểu được đầy đủ những hệ quả việc làm của mình. Vì thế, bạn nhất thiết phải đặt niềm tin vào những nguyên tắc đạo đức đã được thiết lập từ trước.

Nguyên tắc thứ hai mà bạn cần lưu tâm là sự tôn trọng người khác. Bạn có thể táo bạo và liều lĩnh trong những cuộc khám phá của mình, điều đó không sao đối với bản thân bạn, vì những lần vấp ngã bao giờ cũng là những bài học thực tế sâu sắc nhất. Nhưng bạn phải nhớ luôn tôn trọng người khác, không để người khác phải chịu ảnh hưởng bởi những hành vi và quyết định của mình. Nguyên tắc này bảo vệ bạn luôn giữ được mối tương quan tốt đẹp với mọi người chung quanh. Đây là vốn quý mà bạn không thể đánh mất vì bất cứ lý do gì.

Có những sai lầm khi mắc vào vẫn còn có cơ hội để sửa chữa, nhưng việc gây thương tổn hoặc xúc phạm đến người khác là một sai lầm có rất ít cơ hội để sửa chữa. Ở ngưỡng cửa vào đời, bạn rất thường bị cuốn hút vào vấn đề mình đang quan tâm mà không có được một cái nhìn toàn diện về những vấn đề liên quan khác. Vì vậy, sự tôn trọng người khác là một nguyên tắc quan trọng giúp bạn tránh được nhiều sai lầm.

Theo nguyên tắc này, trước khi quyết định hay thực hiện bất cứ điều gì, bạn cần có sự cân nhắc về ảnh hưởng của quyết định hay việc làm ấy đối với người khác. Bạn có thể bất chấp những rủi ro nào đó đối với bản thân mình, nhưng không được quyền buộc người khác phải chấp nhận những rủi ro đó.

Có một tâm lý chung mà rất nhiều bạn trẻ mắc phải, đó là làm một điều gì chỉ để chứng tỏ rằng mình đã lớn. Ý tưởng này là hoàn toàn sai lầm, bởi vì trong thực tế, không phải việc làm - cho dù bất cứ là việc gì - mà chính là cách thực hiện công việc của bạn mới có thể chứng tỏ được với người khác rằng bạn đã trưởng thành.

Bạn không thể phì phà điếu thuốc lá, uống hết một cốc rượu hay nốc sạch ly bia để chứng tỏ rằng mình "đã là người lớn"! Những thái độ như thế chỉ càng bộc lộ rõ hơn bản chất "con nít" vẫn còn trong bạn. Thế nhưng có rất nhiều bạn trẻ vẫn nghĩ rằng phải làm được những điều "giống như người lớn" thì mới chứng tỏ được sự trưởng thành của mình!

Này người bạn trẻ, bạn có biết không, phần lớn những hư hỏng, sa đọa có thể bắt đầu từ ý nghĩ sai lầm này. Khi "người lớn" uống một ly bia hay cốc rượu trong giao tế, họ thực sự có đủ bản lĩnh của một "người lớn" để ý thức được hậu quả của việc làm đó. Bạn chỉ có thể bắt chước được việc làm nhưng không thể "bắt chước" được cái bản lĩnh cần phải có ấy. Và vì chưa có được cái "bản lĩnh" rất cần thiết này, nên bạn không có khả năng để tự chủ ở một mức độ thích hợp. Và rồi điều này tiếp tục đưa bạn dần dần vào con đường nghiện ngập, sa đọa lúc nào không hay biết.

Vì thế mà tôi nói rằng, chính cái cung cách bạn làm một việc gì đó mới chứng tỏ được với người khác rằng bạn đã trưởng thành. Thế nào là "cung cách làm việc" của một người lớn? Đó là luôn có ý thức đầy đủ về việc mình làm và nhận lãnh hoàn toàn trách nhiệm về việc làm đó.

Và dây cũng là một nguyên tắc mà tôi muốn nêu ra để bạn cân nhắc trong những cuộc khám phá của bạn. Đừng bao giờ nghĩ rằng cho dù có xảy ra việc gì đi nữa, mình vẫn còn có cha, mẹ, anh, chị hay ai đó để nương dựa, cậy nhờ. Phải có ý thức tự nhận lãnh trách nhiệm về việc mình làm, và do đó luôn biết rõ là mình đang làm điều gì, việc làm ấy có thể mang lại những hậu quả tốt hay xấu như thế nào...

Bạn có thể rất muốn hút một điếu thuốc lá, đơn giản chỉ là vì bạn chưa từng biết qua cảm giác ấy nó như thế nào, và vì hầu hết những "người lớn" đều hút thuốc. Nhưng khi cân nhắc sự việc với một tinh thần trách nhiệm, ý thức đầy đủ về việc làm này, bạn có thể sẽ từ bỏ ý định ấy, bởi vì bạn nhận ra một sự thật là hiện có rất nhiều người lớn đang nỗ lực để từ bỏ thuốc lá. Thật vô ích khi thử qua một trò chơi mà có những người khác đã nhận thấy là tai hại và đang từ bỏ...

Bạn cũng có thể không tự chủ được và cứ muốn hút qua một điếu... Điều đó có thể là cũng chưa đến nỗi nào, bởi vì bạn chỉ "thử làm" điều đó trong một trạng thái ý thức đầy đủ về việc mình làm. Và nhờ đó mà tôi tin chắc là bạn có đủ sáng suốt để không bị lôi cuốn dần vào sự nghiện ngập cũng như tự hủy hoại sức khỏe của chính mình.

Điều tương tự cũng xảy ra khi bạn lần đầu tiên tiếp xúc với các thứ như rượu, bia, vũ trường... Nếu luôn giữ sự tỉnh táo và ý thức trách nhiệm về việc làm của mình, bạn sẽ có thể biết dừng chân đúng lúc để không sa ngã. Ngược lại, sẽ có một lúc mà bạn không còn tự nhận biết được chính mình là ai!

Còn có vô số những điều bạn "chưa biết" trong cuộc sống này, bởi đơn giản là vì bạn chỉ mới bước vào ngưỡng cửa của cuộc sống muôn màu đa dạng. Sự khao khát tìm hiểu những điều mới lạ là một tâm lý rất thông thường và tự nó không có gì tai hại, nhưng nếu bạn không có những nguyên tắc dẫn đường để tuân theo, rất có thể bạn sẽ mắc phải những sai lầm đáng tiếc mà về sau thật khó lòng sửa chữa.

Tự do và khuôn thước

Tất cả chúng ta đều yêu thích tự do, thậm chí có thể sẵn sàng làm bất cứ điều gì để bảo vệ sự tự do trong cuộc sống.

Sự khao khát tự do càng mãnh liệt hơn ở ngưỡng cửa bước vào đời, khi các bạn trẻ lần đầu tiên có cảm giác được tự quyết về việc làm của mình. Vì thế, đôi khi các bạn cảm thấy rất khó chịu hoặc thậm chí cho rằng bị xâm phạm nếu có ai đó ngăn cản, giới hạn sự tự do của bạn.

Nhưng bạn ơi, trước khi bạn có một phản ứng nào đó để bảo vệ sự tự do của mình, tôi muốn bạn hãy thử đưa ra một định nghĩa khái quát về sự tự do ấy.

Rất có thể bạn sẽ cho là điều ấy quá dễ dàng. Nhưng hãy suy nghĩ thêm một chút, bạn sẽ thấy vấn đề không thực sự đơn giản chút nào. Sự thật là đã có không ít những tranh cãi và lập luận khác nhau về cái gọi là tự do trong cuộc sống. Và cho dù nền văn minh nhân loại đã tự hào tiến bộ rất xa so với chỉ một vài thập kỷ trước đây, nhưng khắp mọi nơi trên thế giới này người ta vẫn giữ những nhận thức, khái niệm khác nhau về tự do, không thể đạt đến một nhận thức chung hay một định nghĩa khái quát có thể phù hợp cho tất cả mọi người.

Không cần thiết phải làm cho các bạn đau đầu với những khái niệm khác nhau về tự do trên thế giới - nhưng nếu muốn, bạn vẫn có thể tìm hiểu để biết, bởi vì đó là điều hoàn toàn có thật. Chỉ cần phân tích ngay trong những bối cảnh rất gần của chúng ta, cũng có thể thấy được điều này. Chẳng hạn, nếu không phải là khác với những trường hợp thông thường thì khái niệm về tự do của bạn và cha hoặc mẹ bạn có rất nhiều khả năng là không giống nhau. Vì thế, sẽ có những việc bạn cho là hoàn toàn hợp lý để tự do thực hiện, nhưng cha hoặc mẹ bạn lại cho là cần phải ngăn cấm hoặc đặt ra những giới hạn nhất định. Vấn đề cũng sẽ tương tự với các anh, chị hay thầy cô giáo... và vì thế bạn sẽ có đôi lúc thấy băn khoăn về giới hạn thực sự của cái gọi là tự do: có hay không có, hoặc có đến mức độ nào là hợp lý?

Rất có thể bạn sẽ nghĩ về tự do như là một trạng thái không bị kiềm chế, luôn được quyền làm theo ý muốn của chính mình. Nhưng thực ra thì trong cuộc sống này chưa bao giờ đã từng có một trạng thái như vậy cả! Bởi một lẽ rất đơn giản là ý muốn của mỗi người sẽ có thể tạo ra những xung đột, mâu thuẫn nhất định với người khác, và do đó nhất thiết phải có những giới hạn được đặt ra để đảm bảo một sự tự do chung cho tất cả mọi người trong một cộng đồng.

Lấy một ví dụ nhỏ như khi bạn đang vui và thích ca hát ầm ĩ, nhưng lúc bấy giờ đã là 12 giờ khuya. Bạn không thể thực hiện theo ý muốn của mình một cách tự do trong trường hợp này, vì như thế thì những người hàng xóm của bạn sẽ không sao ngủ được!

Những giới hạn như vừa nói là phát sinh từ môi trường sinh hoạt khác nhau của mỗi cộng đồng, nên tất yếu là chúng không thể giống nhau ở những cộng đồng xã hội khác nhau. Chẳng hạn, những giới hạn trong một cộng đồng xã hội Hồi giáo khác với trong một cộng đồng xã hội phương Tây, và những giới hạn trong một cộng đồng xã hội phương Tây lại không thể giống với trong một cộng đồng xã hội Á Đông...

Nhưng giới hạn đến mức nào là hợp lý và không bị xem là xâm phạm hoặc tước bỏ quyền tự do của mỗi cá nhân?

Hình thức giới hạn đầu tiên mà chúng ta có thể dễ dàng thấy được là luật pháp. Chẳng hạn, khi đi đường bạn phải giới hạn sự tự do của mình trong khuôn khổ luật giao thông quy định, không thể tự do vượt đèn đỏ hoặc lấn sang phần đường của người đi ngược chiều...

Nói chung, trong mỗi lãnh vực khác nhau đều có những quy định bằng văn bản của pháp luật để mọi công dân đều phải tuân theo, nhằm đảm bảo một mức độ tự do hợp lý, không ai có thể xâm phạm đến quyền lợi chính đáng của người khác bằng sự tự do của cá nhân mình.

Vì thế, có người nói rằng: tự do là quyền làm tất cả những gì mà luật pháp cho phép. Nhưng câu nói này chỉ đúng mà chưa đủ, bởi vì ngoài luật pháp ra, còn có nhiều hình thức giới hạn khác nữa mà chúng ta sẽ đề cập đến sau đây.

Hình thức giới hạn thứ hai thuộc phạm trù phong tục, tập quán của từng xã hội. Có những hành vi luật pháp không ngăn cấm, nhưng bạn vẫn không thể tự do thực hiện chỉ vì nó trái với phong tục, tập quán của xã hội mà bạn đang sống. Chẳng hạn như trong các lễ nghi cưới hỏi, bạn không thể hoàn toàn làm theo ý mình, mà phải tuân theo một số các tập tục được mọi người khác trong xã hội chấp nhận... Trong giao tiếp xã hội cũng vậy, nếu bạn không quan tâm đến những giới hạn thuộc loại này, sự tự do của bạn sẽ bị những người khác xem là lố bịch hay lập dị, cho dù những điều đó hoàn toàn không vi phạm vào luật pháp.

Hình thức giới hạn thứ ba là những vấn đề thuộc phạm trù đạo đức. Bạn không thể tự do thực hiện những điều đi ngược lại với các tiêu chuẩn đạo đức được mọi người trong xã hội thừa nhận, bởi vì tuy những điều đó không được quy định trong luật pháp, nhưng lại chính là những kinh nghiệm quý giá trong việc đào luyện, hình thành một cuộc sống tốt đẹp. Khi bạn đi ngược với những tiêu chuẩn đạo đức, bạn sẽ trở thành người "vô đạo đức", và theo kinh nghiệm chắc chắn của nhiều thế hệ đi trước đã truyền lại thì một người như thế không thể có được cuộc sống an vui, hạnh phúc.

Hình thức giới hạn thứ tư thuộc về quan điểm của mỗi cá nhân. Xuất phát từ khuynh hướng hoàn thiện bản thân và hướng thượng, mỗi người chúng ta đều có những quan điểm riêng được đúc kết từ các vấn đề đạo đức, tri thức đã được tiếp nhận, cũng như từ môi trường giáo dục, tín ngưỡng đã được đào luyện từ thuở nhỏ. Tất cả những điều đó được phản ánh qua lăng kính của cá nhân để tạo thành quan điểm sống của chính cá nhân đó. Và khi đã hình thành một quan điểm sống của riêng mình, chúng ta sẽ không chấp nhận sự buông thả phóng túng bản thân đi ngược lại quan điểm sống của mình.

Chưa phải là đã hết, nhưng chỉ tạm nêu ra các vấn đề như trên cũng đủ để chúng ta thấy được sự phức tạp và khó khăn trong việc đưa ra một định nghĩa chung về tự do. Các hình thức giới hạn như trên bao hàm cả những vấn đề cụ thể (như luật pháp) và mơ hồ (như các khái niệm về đạo đức, phong tục, tập quán...), cả khách quan và chủ quan, và do đó bao giờ cũng hình thành một ý niệm về tự do với những khác biệt nhất định ở mỗi người trong chúng ta.

Quay trở lại vấn đề đã nói, giờ đây bạn có thể đã hiểu được vì sao các bậc cha mẹ, anh chị hay thầy cô giáo lại không hoàn toàn đồng ý với bạn về những giới hạn của tự do. Và cũng qua đó bạn có thể hiểu được vì sao mà cho đến nay giữa phương Tây và phương Đông, giữa nước này và nước khác... vẫn luôn có những tranh cãi khác biệt nhau về khái niệm tự do.

Những hiểu biết như thế là rất cần thiết để bạn thấy được tầm quan trọng của việc chấp nhận khép mình vào một khuôn thước nhất định. Bởi vì đó là phương cách hay nhất, có hiệu quả nhất để đảm bảo cho bạn có được một tương lai tươi sáng và hạnh phúc. Với những nền tảng tri thức và kinh nghiệm còn non nớt ở ngưỡng cửa vào đời, bạn chưa thể có được một cái nhìn toàn diện về mọi khía cạnh của vấn đề. Vì thế, cho dù rất mong muốn được tự do trong cuộc sống, bạn vẫn phải nhớ nhận thức đầy đủ về những giới hạn của sự tự do, và nhờ đó mà có thể vui vẻ, tự nguyện khép mình vào một khuôn thước hợp lý để tự hoàn thiện bản thân mình.

Nhưng thế nào là một khuôn thước hợp lý? Đây chính là một cơ hội khác nữa để bạn thể hiện sự tự do chọn lựa của chính mình. Bạn có thể tự do chọn cho mình một quan điểm sống đúng đắn, luôn hướng đến sự hoàn thiện bản thân và biết tôn trọng những lời khuyên dạy của các bậc trưởng thượng. Khi hiểu và thực hiện được những điều này, chính là bạn đã tự nguyện khép mình vào một khuôn thước hợp lý. Giống như một con ngựa biết tuân theo sự điều khiển của dây cương sẽ không bao giờ đi sai đường, tương lai của bạn sẽ không thể đi vào tăm tối nếu bạn biết chọn cho mình một khuôn thước hợp lý như thế.

Lý tưởng và hoài bão

Người Anh có câu ngạn ngữ rằng: "Life isn't a bed of roses." (Cuộc sống không phải bao giờ cũng tốt đẹp.) Ở đây, hình tượng hoa hồng (rose) đã được dùng để chỉ cho sự tốt đẹp trong cuộc sống.

Nhưng ngay cả khi dạo chơi bên luống hoa hồng thì bạn vẫn phải cẩn thận nếu không muốn bị gai nhọn làm rách áo hoặc đâm vào tay. Thế nên, chúng ta cũng phải thừa nhận một thực tế là cuộc đời không phải bao giờ cũng "xuôi chèo, mát mái", diễn ra thuận lợi như mong muốn.

Và trong những lúc gặp phải khó khăn, bất trắc, hoặc những lúc mà mọi dự tính hay thậm chí nỗ lực đã qua của chúng ta bỗng chốc tan thành mây khói, ta rất khó lòng thoát khỏi một tâm trạng chán nản, suy sụp. Đôi khi, chúng ta đánh mất đi niềm vui sống và thậm chí có thể cảm thấy như không còn chút sức lực nào để tiếp tục cuộc sống.

Chính trong những lúc ấy, chúng ta rất cần đến một sức mạnh tinh thần, một nội lực tự thân để có thể đứng vững không gục ngã. Và một trong những phương thức hay nhất giúp ta có được sức mạnh tinh thần như thế chính là đặt ra một mục tiêu dài lâu phía trước, cho cả cuộc đời mình.

Mục tiêu dài lâu ấy chính là lý tưởng và hoài bão. Trong cuộc sống, không phải ai cũng có được một lý tưởng để theo đuổi, một hoài bão để ôm ấp. Và những người không may thiếu vắng lý tưởng, hoài bão trong cuộc sống chính là những người rất dễ dàng gục ngã khi gặp phải những trở lực lớn lao và bất ngờ trên đường đời.

Lý tưởng và hoài bão đều là những gì mà chúng ta hướng đến, theo đuổi trong một tương lai dài lâu. Tuy nhiên, có sự khác biệt giữa hai khái niệm này. Lý tưởng giống như một ngôi sao sáng, hay một ngọn đèn ở rất xa về phía trước, và mỗi bước đi của bạn luôn nhắm theo hướng của ngôi sao sáng, của ngọn đèn phía trước, nhưng điều này không có nghĩa là bạn sẽ có lúc nào đó chạm được vào ngôi sao hay ngọn đèn ấy. Trong khi đó, hoài bão là một mục tiêu cụ thể hơn, cho dù có thể là vô cùng to tát, nhưng bạn vẫn ôm ấp hy vọng là bằng vào những nỗ lực của mình sẽ có một ngày đạt được mục tiêu ấy, thực hiện hoàn tất công việc ấy.

Khi bạn theo đuổi một lý tưởng, bạn làm tất cả vì lý tưởng ấy, hướng về lý tưởng ấy, nhưng đôi khi bạn vẫn biết chắc là sẽ không bao giờ có thể đạt được như mong muốn. Đơn giản chỉ là vì mục tiêu đặt ra đó to tát quá, cao xa quá, hay nói chính xác và dễ hiểu hơn trong trường hợp này là lý tưởng quá.

Chẳng hạn như có rất nhiều người trong nhân loại tán thành và theo đuổi lý tưởng về một thế giới đại đồng. Họ mong ước rằng sẽ có một ngày nào đó cả thế giới này không còn có bất cứ xung đột, mâu thuẫn nào giữa các vùng lãnh thổ, quốc gia, dân tộc... Mọi người chung sống trong hòa bình và chia sẻ tất cả những giá trị tốt đẹp nhất cho nhau, vật chất cũng như tinh thần...

Khi theo đuổi một lý tưởng như thế, người ta sẵn sàng làm mọi điều có thể trong khả năng mình để xây dựng mối quan hệ ngày càng tốt đẹp hơn giữa các quốc gia, dân tộc, để ngày càng giảm bớt những mâu thuẫn, xung đột hiện có, và để tất cả mọi dân tộc trên thế giới này ngày càng hiểu biết và cảm thông nhau...

Đó là một lý tưởng cao đẹp, và những việc làm của chúng ta khi theo đuổi một lý tưởng như thế là thiết thực và cụ thể, có thể góp phần làm cho đời sống nhân loại ngày càng tốt đẹp và có ý nghĩa hơn.

Nhưng những gì chúng ta mong muốn là quá tốt đẹp, quá cao xa, quá... lý tưởng. Vì thế, bản thân chúng ta vẫn luôn ý thức được rằng sẽ không thể có một ngày tuyệt vời như thế trong tương lai. Tuy vậy, chính nhờ hướng về lý tưởng tốt đẹp ấy mà chúng ta thấy cuộc sống có ý nghĩa hơn và những việc làm của chúng ta cũng luôn mang lại những kết quả xây dựng thiết thực cho cuộc đời.

Khi bạn nuôi một hoài bão, điều đó cũng có phần tương tự như lý tưởng, bởi hoài bão của bạn có khi cũng rất to tát, cao xa, và đòi hỏi bạn đem hết tâm lực cả một đời ra để thực hiện. Tuy nhiên, dù to tát đến đâu, dù cao xa đến đâu, bạn vẫn có một hy vọng, thậm chí là một niềm tin chắc chắn, rằng với những nỗ lực lâu dài của mình, rồi có một ngày nào đó sẽ thực hiện được hoài bão ấy.

Như vậy, lý tưởng và hoài bão tuy có sự khác biệt như trên, nhưng vẫn giống nhau ở điểm là cùng đặt ra cho bạn một hướng đi lâu dài trong tương lai. Chính nhờ đó mà mỗi lần vấp ngã trên đường đời đối với bạn chỉ là một thất bại tạm thời, bởi vì bạn vẫn luôn hướng về phía trước và biết rằng còn rất nhiều việc phải làm, rằng cuộc sống vẫn còn biết bao ý nghĩa sâu sắc khác, mà sự thất bại trong hiện tại hoàn toàn không đáng để bạn phải chán nản và bỏ cuộc.

Không phải ai cũng có đủ may mắn để thực hiện trọn vẹn hoài bão của mình, hoặc làm được tất cả những gì mong muốn để theo đuổi lý tưởng. Tuy nhiên, chỉ cần bạn chọn được một lý tưởng để theo đuổi, một hoài bão để ấp ủ là bạn đã vô cùng may mắn hơn rất nhiều người khác. Bởi vì điều đó luôn giúp bạn sống tốt hơn, có ý nghĩa hơn, và quan trọng hơn nữa là luôn có được một sức mạnh tinh thần để giúp bạn vượt qua những khó khăn, trở lực nhất thời trong cuộc sống.

Này người bạn trẻ, tôi sẽ không nêu ra ở đây một lý tưởng hay hoài bão cụ thể nào, cho dù bản thân tôi tất nhiên đã có lý tưởng, hoài bão của riêng mình. Sự chọn lựa và hình thành một lý tưởng, một hoài bão là chuyện riêng của mỗi người, và hoàn toàn không phải một chuyện dễ dàng. Bạn cần phải mở rộng cả tầm mắt và tấm lòng để thấy hết được những gì là cao quý, là giá trị thực sự trong cuộc sống này, rồi từ đó mới có thể hình thành cho mình một lý tưởng để noi theo, một hoài bão để ấp ủ... Tập sách nhỏ này hy vọng có thể giúp ích cho bạn phần nào, nhưng quyết định và sự chọn lựa cuối cùng vẫn là ở phía bạn.

Xây dựng cộng đồng

Chúng ta không thể có được hạnh phúc cá nhân khi cộng đồng quanh ta chưa có được sự yên vui, êm ấm. Đây là một sự thật mà chúng ta rất thường không quan tâm đúng mức, hoặc thậm chí có đôi khi chưa từng nghĩ đến. Cho dù vậy, sự thật này vẫn luôn tồn tại.

Hạnh phúc càng lớn lao thì càng có liên quan đến nhiều người khác. Khi chúng ta theo đuổi một lý tưởng, hoài bão lớn, hạnh phúc của chúng ta có thể liên quan đến cả dân tộc, cả nhân loại... Nhưng cho dù ở những mức độ rất nhỏ nhoi, khiêm tốn, chúng ta cũng không bao giờ có thể xây dựng hạnh phúc cá nhân một cách đơn độc mà không liên quan đến cộng đồng quanh ta. Cộng đồng ấy có thể là vài ba người bạn sống chung phòng, là gia đình với vợ chồng con cái hoặc bao gồm cả ông bà, cha mẹ, cho đến rộng hơn nữa là thân tộc, họ hàng, xóm làng, khu phố, quốc gia...

Bạn làm sao có thể có được niềm vui thực sự trong cuộc sống khi những người chung quanh bạn còn có những khó khăn khổ nhọc chưa thể vượt qua, nhất là khi họ cần đến sự chia sẻ hay giúp đỡ của bạn? Bạn làm sao có thể có được niềm vui thực sự trong cuộc sống khi chưa thiết lập được mối quan hệ cảm thông và gắn bó với những người đang sống chung với bạn? Cho dù chúng ta có hiểu được những điều này hay không, chúng ta vẫn có thể trực nhận được một cách dễ dàng bằng vào những gì tự mình đã trải qua trong cuộc sống.

Bạn thử nhớ lại xem và có thể sẽ có ngay những trường hợp cụ thể để minh họa cho vấn đề này. Một "không khí nặng nề" trong gia đình làm tiêu tan hết niềm vui bạn có được sau một buổi đi chơi. Một khuôn mặt "sầu khổ" của người bạn sống chung phòng làm bạn có cảm giác như chưa từng biết được thế nào là hạnh phúc trong cuộc đời này... Tất cả những điều đó chúng ta thường xuyên gặp phải trong cuộc sống, nhưng đôi khi chúng ta không đối diện để phân tích thật sâu mối tương quan giữa chúng với hạnh phúc cá nhân của mình, và vì thế mà chúng ta cũng không biết được một phương cách hóa giải thích hợp.

Bạn có thể sẽ đặt ra câu hỏi: Liệu những vấn đề của "người khác" thì có liên quan gì đến tôi? Làm sao tôi lại phải có trách nhiệm xây dựng một cộng đồng ngày càng tốt đẹp hơn?

Vâng, bạn đã có lý, nhưng chỉ một phần thôi. Bởi vì bạn không thể sống trong một môi trường không có người chung quanh. Như một con cá bao giờ cũng phải bơi lội trong nước, chúng ta bao giờ cũng phải gắn bó với cộng đồng chung quanh. Ngay cả khi có những lúc nào đó bạn muốn được yên tĩnh "một mình", thì hãy phân tích thật kỹ nội tâm của mình, bạn sẽ thấy là bạn không hề được sống "một mình" bao giờ cả. Mọi tư tưởng, tình cảm của bạn đều phải hướng về ai đó, một hoặc nhiều người, cho đến có thể là cả những người bạn chưa từng quen biết.

Vì thế, cộng đồng chung quanh luôn có ảnh hưởng đến bạn, và bạn phải phụ thuộc vào đó như một quy luật tất yếu. Như con cá phải phụ thuộc vào môi trường nước mà nó đang sống. Khi nước bị ô nhiễm, cá có thể mắc bệnh và thậm chí có thể phải chết đi. Khi cộng đồng chung quanh bạn bị ô nhiễm theo nhiều nghĩa khác nhau, bạn cũng không thể sống một cách thoải mái và yên vui trong đó.

Hiểu như vậy, chắc chắn là bạn sẽ muốn có được một cộng đồng tốt đẹp để sống chung. Nhưng thật không may là bạn không có quyền chọn lựa một số cộng đồng chung quanh bạn. Chẳng hạn, bạn không có quyền chọn lựa gia đình mà mình sinh ra, bạn cũng không thể lựa chọn xóm làng, dân tộc, quốc gia... Điều duy nhất bạn làm được chỉ có thể là xây dựng cộng đồng quanh mình cho tốt đẹp hơn mà thôi. Bởi vì bạn không thể tránh né, thay đổi hay từ chối một cộng đồng mà mình là thành viên trong đó!

Và bởi vì việc xây dựng cộng đồng cho tốt đẹp hơn là điều tích cực duy nhất mà bạn có thể làm, cho nên đó phải là phần trách nhiệm, là chọn lựa khôn ngoan nhất của bạn. Nếu bạn không bắt tay vào việc ấy thì sẽ không có ai làm thay phần việc ấy cho bạn.

Có thể bạn sẽ lý luận rằng, những người khác cũng phải có trách nhiệm như vậy chứ? Vâng, đúng là như vậy. Nhưng sự khởi đầu bao giờ cũng chỉ có thể là về phía bạn, bởi đơn giản là vì bạn không thể quyết định những gì người khác làm, mà chỉ có thể quyết định những gì bản thân bạn sẽ làm.

Và hơn thế nữa, cộng đồng quanh bạn có thể là còn lâu mới có thể tốt đẹp như bạn mong muốn, nhưng chỉ cần bạn hiểu được và có ý thức xây dựng cộng đồng, ngay lập tức bạn sẽ nhìn thấy tất cả bắt đầu tốt đẹp hơn. Bởi vì bạn sẽ không còn thấy buồn bực hay khó chịu với những gì không tốt đẹp hay khiếm khuyết trong hiện tại, mà đã tự mình nhận ra phần trách nhiệm của bản thân trong việc xây dựng, hoàn thiện những điều đó.

Khi bạn có một người chị hay càu nhàu, gắt gỏng, điều đó làm cho tất cả mọi người trong gia đình đều khó chịu. Nhưng sẽ chẳng ích gì nếu bạn cứ bực dọc và chỉ trích, phê phán mãi thói xấu ấy. Điều tích cực hơn là bạn phải tìm hiểu, phân tích những nguyên nhân sâu xa của vấn đề, xem tự mình có thể góp phần làm thay đổi được hay không. Và ngay cả khi bạn không thể làm gì để thay đổi được "cố tật" này, thì sự phân tích tìm hiểu được nguyên nhân cũng sẽ giúp bạn có sự cảm thông cần thiết để có thể chấp nhận tốt hơn điều đó.

Khi con đường đi vào xóm bạn đầy những ổ gà, bạn không thể quy trách nhiệm hoàn toàn cho người khác, mà phải thấy được bản thân mình cũng có một phần trách nhiệm trong đó. Tất nhiên là bạn biết mình đã có bầu chọn những người đại diện, lãnh đạo trong khu phố, và họ có trách nhiệm đứng ra tổ chức việc sửa chữa con đường. Nhưng như vậy không có nghĩa là bạn không có phần trách nhiệm. Vì thế, bạn cần phải tìm hiểu vấn đề. Có thể là vì có quá nhiều công việc khác quan trọng hơn nên con đường chưa được quan tâm đến, và như vậy bạn nên tích cực góp một phần công sức của bản thân mình vào để công việc sớm được thực hiện hơn. Với nhận thức như vậy, điều trước hết là bạn luôn giải tỏa được những sự bực dọc, quy trách vô ích, mà luôn có được sự cảm thông và cái nhìn tích cực để cải thiện vấn đề.

Khi chúng ta đọc báo và thấy đăng tải những tin tức về tội phạm ở khắp đó đây, chúng ta sẽ không quy trách vấn đề cho những người mà ta cho là có trách nhiệm, hoặc đưa ra một nhận xét vô bổ về tình trạng suy thoái đạo đức trong xã hội như nhiều người vẫn thường làm. Thay vì vậy, chúng ta cần thấy được những nguyên nhân sâu xa của vấn đề và đồng thời nhận thức rõ là mình cũng có một phần trách nhiệm trong đó, và cần phải có những đóng góp tích cực hơn để hoàn thiện xã hội. Suy cho cùng, cộng đồng này là của chúng ta, xã hội này là của chúng ta, nếu chúng ta không cùng nhau góp sức cải thiện thì ai sẽ làm điều đó?

Xây dựng cộng đồng theo ý nghĩa như trên không bao giờ là điều vượt quá tầm tay hay khả năng của bạn. Chỉ cần có được một nhận thức đúng, bạn sẽ dễ dàng biết được là nên làm những gì và phải bắt đầu từ đâu. Ngay khi bạn bắt tay vào việc, cuộc sống của bạn sẽ thay đổi theo hướng tích cực hơn, bởi vì cách nhìn nhận vấn đề của bạn đã trở nên tích cực.

Thuần hóa tâm hồn

Chúng ta được học bài thể dục buổi sáng từ những năm tiểu học, và luôn duy trì nó vào mỗi buổi sáng để bảo vệ sức khỏe. Hơn thế nữa, mỗi người chúng ta còn chọn cho mình một hay nhiều môn thể thao thích hợp để rèn luyện thân thể. Bởi vì chúng ta biết rằng đó là cách tích cực nhất để có thể sống vui, sống khỏe.

Chúng ta quan tâm đến phần thể lực như thế, nhưng lại rất thường quên đi yếu tố tinh thần. Trong khi đó, sự thật là tâm hồn cũng cần thiết phải được rèn luyện, phải được nuôi dưỡng mỗi ngày để có thể phát triển một cách lành mạnh, tốt đẹp. Hơn thế nữa, như một mảnh đất hoang luôn mọc nhiều cỏ dại, và cỏ dại sẽ phát triển mạnh mẽ hơn các loại cây trồng có ích, tâm hồn ta cũng có rất nhiều yếu tố xấu ác, tiêu cực, sẽ phát triển mạnh mẽ lấn át những yếu tố tốt đẹp, tích cực, nếu chúng ta không có sự quan tâm chăm sóc đúng mức.

Một con ngựa hoang dù có sức mạnh và có thể chạy rất nhanh nhưng không phải là một con ngựa có ích. Bởi vì nó không nghe theo sự điều khiển của chúng ta nên ta không thể sử dụng được nó. Ngược lại, nó còn có thể gây tai họa cho bất cứ ai đến gần. Để biến con ngựa hoang thành một con ngựa có ích, chúng ta phải thuần hóa nó, dạy cho nó biết nghe theo sự điều khiển của chúng ta, và như vậy nó mới có thể giúp ích cho ta trong việc di chuyển hay kéo xe...

Tâm hồn chúng ta cũng giống như một con ngựa hoang. Có nhiều khi nó không chịu tuân theo những ý tưởng tốt đẹp mà chúng ta nhắm đến. Ngược lại, nó sẵn có những khuynh hướng xấu ác, độc hại, có thể gây ra tai họa cho chúng ta và cho người khác. Chẳng hạn như những khuynh hướng tham lam, thù hận, ích kỷ hay ganh ty... Những khuynh hướng này có thể phát triển một cách tự nhiên rất mạnh mẽ mà không cần đến sự quan tâm của chúng ta, thậm chí nó còn cần có sự "ngủ quên" của chúng ta để có thể phát triển mạnh. Và khi đã phát triển mạnh rồi thì nó khống chế chúng ta, biến ta thành những con ngựa hoang vô ích và luôn gây tai họa cho người khác.

Vì thế, để có thể trở thành người có ích trong xã hội, chúng ta không thể không thuần hóa tâm hồn, cũng giống như người ta thuần hóa con ngựa hoang để sử dụng được nó.

Thuần hóa tâm hồn có nghĩa là nuôi dưỡng và phát triển những yếu tố tốt đẹp, những đức tính mang lại cho ta niềm vui và sự thanh thản trong cuộc sống, và do đó cũng mang lại niềm vui và lợi ích cho những người quanh ta. Những yếu tố đó là sự thương yêu và tha thứ, sự cảm thông và chia sẻ, sự cởi mở và lắng nghe, tinh thần nhân ái và sẵn sàng giúp đỡ người khác, cũng như sự nỗ lực học hỏi và vươn lên trong cuộc sống... Khi những đức tính này được phát triển, khuynh hướng tự nhiên là chúng sẽ đối trị, làm suy yếu và diệt trừ đi những yếu tố "cỏ dại" như sự tham lam, thù hận, căm ghét, bảo thủ, ích kỷ, ganh tỵ...

Mặt khác, giống như người làm vườn khi phát hiện cỏ dại sẽ nhanh chóng nhổ bỏ đi, sự thuần hóa tâm hồn cũng đòi hỏi chúng ta phải biết nhận ra và trừ diệt những tâm niệm xấu ác ngay khi chúng vừa sinh khởi.

Này người bạn trẻ, khi so sánh mảnh đất tâm hồn của chúng ta với một khu vườn để gieo trồng những cây trái có ích, tôi muốn nhấn mạnh thêm với bạn một chút về ý nghĩa của những hạt giống.

Những hạt giống khi chưa nảy mầm thật khó nhận biết phải không bạn? Khi chúng còn nằm khuất trong lòng đất, bạn không thể nhìn thấy được cho dù đó là hạt giống cỏ dại hay cây trồng. Và bạn thường phải chờ đợi cho đến khi chúng nảy mầm, đâm chồi lá mới có thể phân biệt được để nuôi dưỡng hay nhổ bỏ. Nếu bạn có khả năng nào đó để phân biệt chúng ngay từ khi còn là hạt giống, công việc chăm sóc của bạn sẽ nhẹ nhàng hơn rất nhiều và cũng chắc chắn là sẽ có hiệu quả hơn.

Những hạt giống trong tâm hồn của chúng ta cũng vậy. Nếu bạn có thể khéo léo nhận biết, phân biệt ngay từ khi những tâm niệm tốt đẹp hay xấu ác còn chưa sinh khởi, bạn sẽ có thể dễ dàng thuần hóa tâm hồn mình một cách hiệu quả hơn.

Nhưng thế nào là một tâm niệm chưa sinh khởi? Đó là những hạt giống mà bạn gieo trồng vào tâm thức nhưng chưa có đủ điều kiện để phát sinh ra thành những tư tưởng, hành động xấu ác. Ở đây, có thể bạn sẽ thấy vấn đề có hơi trừu tượng, khó nắm bắt, và vì thế tôi nghĩ là cần có thêm một sự giải thích dễ hiểu hơn.

Lấy ví dụ như khi bạn xem một đoạn phim bạo lực, với các nhân vật đánh giết lẫn nhau để báo thù rửa hận gì gì đó... Có thể bạn nghĩ là vấn đề chẳng liên quan gì đến mình. Nhưng nếu tinh tế một chút, bạn sẽ thấy có rất nhiều ý niệm được sinh khởi trong lúc bạn xem đoạn phim ấy. Thực ra, bạn khó lòng tránh khỏi những giây phút cảm xúc theo với diễn tiến trong đoạn phim, và vì thế cũng đã có những lúc tâm trạng thù hận, căm tức hay oán ghét của nhân vật đã len lén đi vào lòng bạn...

Nhưng vấn đề không dừng lại ở đây. Bởi nếu chỉ có thế thì chẳng có gì đáng nói. Trong thực tế, một hạt giống vô hình của lòng thù hận, căm tức hay oán ghét đã được gieo vào lòng bạn, và đang chờ đợi những điều kiện thuận lợi nhất định để có thể phát sinh thành những tư tưởng, lời nói hay hành động.

Chính điều này giải thích vì sao các nhà giáo dục hết lời phê phán các loại phim bạo lực hay có nội dung kém văn hóa... Bởi tác hại của chúng chính là gieo vào lòng người xem những hạt giống xấu mà ít ai nhận ra ngay để loại bỏ. Người ta thường phải đợi đến lúc chúng nảy mầm, đâm chồi lá rồi mới có thể nhận ra để loại trừ. Và sẽ là quá muộn nếu trong lòng ta có quá nhiều hạt giống xấu như thế...

Trường hợp trên chỉ là một ví dụ điển hình thôi, còn có vô số những trường hợp khác mà bạn vô tình gieo cấy vào tâm hồn mình những "hạt giống xấu". Dừng chân đứng xem và cổ vũ cho một đám đánh nhau trên đường phố, đọc một cuốn sách có nội dung đồi trụy, chuyện phiếm với bạn bè về những đề tài vô bổ hoặc thậm chí có hại... Tất cả những điều đó đều gieo cấy những hạt giống xấu vào lòng bạn. Và bạn sẽ phải trả giá đắt một khi chúng nảy nở, phát sinh thành những tư tưởng, lời nói hay hành động...

Mặt khác, khi bạn nuôi dưỡng những ý tưởng tham lam, thù hận hay ganh ty... hoặc thực sự có những lời nói, việc làm như thế, điều này cũng gieo cấy vào lòng bạn vô số những hạt giống tham lam, thù hận, ganh ty... để chờ dịp sinh khởi nhiều hơn nữa. Điều này cũng giống như khi bạn bỏ sót một cây cỏ dại trong vườn. Nó lớn lên, trổ hoa và kết thành vô số hạt cỏ dại để rồi tiếp tục sinh sôi nảy nở ngay chính trên mảnh vườn ấy...

Nhưng ngược lại, nếu biết quan tâm chăm sóc, bạn sẽ có vô số cơ hội để gieo trồng những hạt giống có ích. Chẳng hạn, khi mua vé đi xem ủng hộ một chương trình ca nhạc gây quỹ vì người nghèo, bạn sẽ gieo cấy vào lòng mình một hạt giống tốt, với sự cảm thông và chia sẻ cùng những ai kém may mắn. Số tiền bạn đóng góp cho chương trình có thể là chẳng đáng vào đâu, nhưng chính yếu tố tinh thần, sự cảm thông và ý thức chia sẻ, giúp đỡ của bạn mới là điều quan trọng. Chính điều đó gieo cấy vào lòng bạn một hạt giống tốt, để rồi khi có điều kiện thuận lợi nó sẽ phát sinh ra thành những tư tưởng, lời nói hay việc làm tốt đẹp. Biết đâu vào một ngày nào đó chính bạn sẽ có đủ điều kiện để đứng ra tổ chức một chương trình quyên góp vì người nghèo tương tự hoặc lớn hơn thế nữa...

Và có rất nhiều trường hợp khác nữa mà bạn có thể tận dụng để gieo cấy những hạt giống tốt. Sự thực hành những đức tính như thương yêu và tha thứ, sự cảm thông và chia sẻ, tinh thần nhân ái... đều là những hành vi tốt đẹp để gieo cấy vào tâm hồn chúng ta những hạt giống tốt đẹp cho tương lai. Cũng giống như khi bạn trồng một cây bắp và chăm sóc nó, bạn sẽ thu hái được rất nhiều hạt bắp để gieo trồng cho vụ mùa tới nữa...

Quan tâm đến yếu tố tinh thần trong cuộc sống là một điều hoàn toàn hợp lý nhưng lại rất thường bị quên lãng. Khi chúng ta biết rèn luyện, thuần dưỡng tâm hồn, là chúng ta đã tạo điều kiện để cuộc sống của bản thân và mọi người quanh ta đều ngày càng tốt đẹp hơn.

Tình yêu và hôn nhân

Một trong những quyết định có tầm quan trọng nhất trong đời ta là quyết định đi đến hôn nhân. Nhưng một trong những quyết định thường là bốc đồng nhất lại chính là quyết định đến với tình yêu. Trong khi đó, tình yêu và hôn nhân lại là hai vấn đề hầu như luôn đi đôi với nhau, với sự gắn bó và tương quan chặt chẽ như một.

Nhận xét trên đây xuất phát từ nhiều yếu tố khác nhau, nhưng cho dù chúng ta không lý giải được những điều đó thì chúng ta vẫn rất thường có khuynh hướng như thế.

Vì sao quyết định đi đến hôn nhân có tầm quan trọng nhất trong đời chúng ta? Có 2 yếu tố để đưa ra nhận xét này. Thứ nhất, đây là một quyết định có ảnh hưởng lâu dài, trong hầu hết các trường hợp thì ảnh hưởng của quyết định này kéo dài đến suốt cuộc đời chúng ta. Thứ hai, đây là quyết định hầu như không thể thay đổi, và một khi phải thay đổi thì luôn để lại những thương tổn không mong muốn cho cả đôi bên.

Tất nhiên, cách nhìn của các bạn trẻ ngày nay về vấn đề hôn nhân cũng đã có những khác biệt nhất định so với các thế hệ trước đây, nhưng những khác biệt ấy có thực sự cải thiện được vấn đề hơn trước hay không thì chúng ta còn phải xem xét lại.

Vì sao quyết định đến với tình yêu lại thường là quyết định bốc đồng nhất? Tất nhiên ở đây chúng ta đang nói đến những trường hợp "thường gặp" mà không phải là tất cả. Sự bốc đồng vốn là một trong những đặc điểm tự nhiên của tuổi trẻ ở ngưỡng cửa vào đời, và sự bốc đồng trong tình yêu lại là một khuynh hướng càng tự nhiên hơn nữa.

Khi chúng ta bước vào độ tuổi trưởng thành, có một bản năng tự nhiên cuốn hút chúng ta về phía người khác phái. Tất cả chúng ta đều không thể phủ nhận bản năng tự nhiên vốn có này, cho dù nhiều người có thể gọi nó bằng những tên gọi khác nhau.

Điều thực tế là chúng ta chịu sự lôi cuốn của hầu hết những người khác phái, chỉ có điều là "cường độ" của sức lôi cuốn ấy có khác nhau ở từng người. Và khuynh hướng thông thường là ta rất hiếm khi để cho lý trí tham gia vào quá trình phán đoán hay cân nhắc những "sức hút" này, mà điều đó diễn ra một cách hoàn toàn tự nhiên đến nỗi bản thân chúng ta cũng rất ít khi phân tích các yếu tố liên quan.

Cho dù vậy, sự phân tích vấn đề cũng có thể giúp ta nhận ra được một vài yếu tố nổi bật đã tham gia vào việc quyết định mức độ lôi cuốn của một đối tượng khác phái đối với chúng ta.

Yếu tố thứ nhất là ngoại hình. Thường thì chúng ta gọi đây là sắc đẹp, nhưng nói như vậy chỉ đúng mà chưa đủ. Hơn nữa, ngoại hình của người con trai cũng là yếu tố tạo ra sức cuốn hút đối với một người con gái, và trong trường hợp này thì chúng ta thường không gọi là "sắc đẹp". Ngoại hình là một danh từ bao quát hơn, chỉ chung cho tất cả những dáng vẻ bên ngoài mà chúng ta có thể nhìn thấy ở đối tượng.

Rất nhiều khi chúng ta thích một người nào đó nhưng vẫn phải thừa nhận là người ấy không đẹp. Người ta thường gọi những trường hợp này là "có duyên ngầm". Cái "duyên ngầm" ấy được tạo ra từ nhiều yếu tố mà đôi khi ta khó lòng nhận biết hết, chẳng hạn như dáng điệu, cử chỉ, giọng nói, nét cười... tuy không nổi bật lắm nhưng lại có vẻ gì đó rất hài hòa, êm ả, tạo cho ta cảm giác thích nhìn ngắm, gần gũi...

Mặt khác, chúng ta không phủ nhận vai trò của sắc đẹp trong việc tạo ra sức lôi cuốn của một người con gái, nhưng trong thực tế thì đây lại không phải là yếu tố quyết định. Có thể là bạn vẫn thích ngắm nhìn những người con gái đẹp, nhưng khi thực sự rung động và chọn lựa một đối tượng của lòng mình, bạn có chọn người con gái đẹp nhất trong số những người mà bạn đã gặp hay chăng? Câu trả lời chắc chắn là không. Bởi nếu điều này mà đúng thật thì sẽ chẳng ai trong chúng ta dám đi xem những cuộc thi hoa hậu cả! Như vậy, chúng ta có thể thấy là còn nhiều yếu tố khác tạo nên sức cuốn hút của một người đối với người khác phái.

Người xưa thường nói "trai tài, gái sắc" để hàm ý nhấn mạnh tính chất quan trọng của mỗi yếu tố đối với nam và nữ là khác nhau. Nhưng ngày nay có khác, bởi vì cái "sắc" của người con trai cũng không phải là không được quan tâm, và cái "tài" của người con gái cũng là điều không kém phần quan trọng.

Yếu tố thứ hai thuộc về cái gọi là "tính cách" hay "cá tính". Tất nhiên chúng ta không bao giờ có thể nêu ra một khuôn mẫu lý tưởng chung cho tất cả mọi người, bởi vì khuôn mẫu ấy sẽ không thể có trong thực tế, và nếu có thì cũng không phải thực sự cuốn hút đối với tất cả mọi người. Ở đây yếu tố tương thích được nhấn mạnh. Chẳng hạn, một người có tính tình điềm đạm, kín đáo có thể là rất đáng yêu đối với tôi nhưng lại không thích hợp đối với bạn, bởi vì bạn yêu thích một cá tính năng động và hoạt bát hơn... Vì thế, chúng ta cảm thấy lôi cuốn mạnh mẽ nhất bởi một đối tượng là khi đối tượng ấy có tính cách, cá tính "thích hợp nhất" với ta, chứ không phải "tốt đẹp nhất" theo những tiêu chuẩn, khuôn mẫu trong xã hội.

Và cái gọi là "thích hợp nhất" cũng không phải là điều mà lý trí có thể phán đoán được. Có nhiều đôi bạn cứ gặp nhau là luôn có chuyện "choảng nhau", nhưng lại rất "thích hợp" với nhau. Bởi vì chính cái "tương phản" mà người ngoài nhìn thấy đó lại chính là cái mà họ cần đến và yêu thích!

Nhưng nếu chúng ta kết hợp xem xét cả hai yếu tố ngoại hình và cá tính như trên, chúng ta cũng hoàn toàn không thể thực hiện được một phép tính để đi đến kết quả đo lường sức hấp dẫn của một đối tượng đối với người khác phái.

Trong thực tế thì vấn đề phức tạp hơn nhiều và

thường là chúng ta không mấy khi có cơ hội thực hiện việc phân tích, phán đoán chi ly trước lúc trái tim ta rung động. Và vì thế mà tôi cho rằng quyết định đến với tình yêu thường là quyết định bốc đồng nhất. Tính chất bốc đồng thể hiện rõ ở điểm là chúng ta không thể có được sự cân nhắc do dự cần thiết, và cũng không có - hoặc có rất ít - sự tham gia phán đoán của lý trí trước khi đi đến quyết định.

Tình yêu là tiền đề của hôn nhân, đó là điều tất nhiên không thể phủ nhận. Vì thế, nhận xét vừa nêu trên của chúng ta có giá trị chỉ ra một mức độ rủi ro khá cao khi tiến đến hôn nhân. Đó cũng là điều tất nhiên khi một quyết định quan trọng nhất lại đặt nền tảng trên một quyết định bồng bột nhất. Tuy không phân tích rõ vấn đề như trên, nhưng hầu hết chúng ta đều nhận biết được thực tế này. Chính vì vậy mà xưa nay người ta vẫn thường xem hôn nhân là vấn đề "may rủi", "trong nhờ đục chịu", và không mấy ai dám tự tin hoàn toàn về quyết định chọn lựa của chính mình trong hôn nhân.

Nhưng khi nhận rõ được vấn đề, bạn có thể tự mình thắp lên một ngọn đèn soi sáng hơn cho sự việc.

Bạn có rất ít khả năng thay đổi những cảm nhận và rung động của mình trong tình yêu, bởi vì như đã nói, đó là vấn đề của con tim mà không phải của lý trí. Vì thế, vấn đề quan trọng và hợp lý ở đây là cần phải đặt một dấu nối giữa tình yêu và hôn nhân, sao cho trong sự liên kết hai vấn đề này còn có một khoảng dừng thích hợp mà không phải là một sự tiếp nối tự nhiên không suy xét.

Khi chúng ta không có một khoảng dừng thích hợp, tình yêu bốc đồng của chúng ta tiếp tục nuôi dưỡng những cảm xúc bốc đồng ngày càng mạnh mẽ hơn, và nó khống chế hoàn toàn lý trí của ta, dẫn ta đến một quyết định tiếp theo đó với tính chất "may nhờ rủi chịu" mà hoàn toàn không có sự tham gia suy xét của lý trí.

Để có được cái "khoảng dừng thích hợp" như tôi vừa nói, điều trước tiên là bạn cần phải có một nhận thức chính xác hơn về tình yêu. Bạn cần thấy được rằng, cho dù có sự tương quan tất yếu, nhưng tình yêu vẫn chưa phải là hôn nhân, mà nhất thiết cần phải có thêm một số yếu tố thích hợp khác nữa.

Với nhận thức này ngay từ đầu, bạn sẽ có phần sáng suốt hơn trong tình yêu, nhận rõ được giới hạn của nó để có thể dừng lại đúng lúc không vượt qua.

Tất nhiên là khi yêu nhau chúng ta luôn mong muốn sẽ được chung sống mãi mãi với người mình yêu, nhưng điều đó không có nghĩa là một sự "nhắm mắt đưa chân", phó mặc cho "số mệnh". Những cảm xúc mãnh liệt trong tình yêu tự nó không thể đảm bảo một cuộc sống chung hạnh phúc lâu dài trong quan hệ hôn nhân, mà cần có những yếu tố khác nữa. Nếu chúng ta quên đi điều này thì tính chất may rủi trong hôn nhân của chúng ta sẽ là điều tất nhiên không sao tránh khỏi.

Điều tự nhiên là chúng ta không muốn chia tay với người mình yêu, nhưng khi chúng ta có thể đủ sáng suốt để nhận ra điều này là cần thiết thì nó sẽ tốt đẹp hơn nhiều so với một cuộc chia tay sau hôn nhân.

Chính sự cân nhắc đến khả năng này là khoảng dừng thích hợp mà tôi muốn nói. Bởi vì sự cân nhắc ấy cho bạn một cơ hội để có thể lùi lại một chút và quan sát, phân tích những mối tương quan giữa hai người, thấy được những yếu tố cần thiết cho một cuộc hôn nhân hạnh phúc dài lâu, và cũng đánh giá được chính xác hơn về những khả năng của chính mình trong việc xây dựng cuộc hôn nhân sắp tới.

Việc tiến đến hôn nhân mà không có sự cân nhắc thoả đáng như trên chính là một trong những nguyên nhân dẫn đến tỷ lệ ly hôn ngày càng tăng vọt trong các xã hội phương Tây, và hiện cũng đang có dấu hiệu gia tăng đáng lo ngại ở nước ta.

Nhưng vì sao ngày nay người ta thường tiến đến hôn nhân mà không có sự cân nhắc thoả đáng? Ngoài yếu tố tình cảm bốc đồng như đã nói, quan điểm mới về hôn nhân và ly hôn cũng là một trong những lý do quan trọng.

Ngày xưa, quan hệ hôn nhân được xem là một sự gắn bó không thể thay đổi, và việc ly hôn không được mấy ai tán thành. Khi một cặp vợ chồng chia tay nhau, điều đó được xem như nỗi đau của cả dòng họ, thân tộc, vì mọi người đều cho rằng đó là một việc rất đáng xấu hổ!

Ngày nay, việc ly hôn trở nên một chuyện "thường tình", và điều đó giảm nhẹ đi tầm quan trọng của quyết định đi đến hôn nhân. Bởi vì, nhiều bạn trẻ cho rằng nếu hôn nhân không tốt đẹp thì chỉ cần "làm lại" là có thể giải quyết được vấn đề!

Sự thay đổi trong cách nhìn về hôn nhân như thế thật ra không có vẻ gì là "tốt hơn" hay "tiến bộ hơn" như nhiều bạn trẻ vẫn tưởng.

Trước hết, quan hệ hôn nhân để lại những dấu ấn tình cảm khó phai mờ trong lòng bạn, và điều đó trong hầu hết trường hợp thường là một trở lực ngăn cản một cuộc hôn nhân về sau có thể thực sự mang lại hạnh phúc cho bạn.

Thứ hai, và điều này là nghiêm trọng hơn nhiều, nếu đã có sự gắn bó qua con cái thì đây sẽ là một "tổn thương không hồi phục" cho cả hai người. Và nếu bạn nghĩ xa hơn chút nữa - và rất cần phải vậy - bạn sẽ thấy là không có bất cứ cách giải quyết nào có thể đền bù được những mất mát, thiệt thòi cho đứa con.

Vì thế, ly hôn không bao giờ có thể được xem là một giải pháp "dự phòng" khi hôn nhân không tốt đẹp. Có nhận hiểu được điều này bạn mới có thể thấy hết được tầm quan trọng của quyết định đi đến hôn nhân là như thế nào. Và chính vì thế mới thấy rằng cần phải có sự cân nhắc thoả đáng trước khi đi đến quyết định quan trọng này.

Mặt khác, khi bạn có thể nhận rõ được sự khác biệt cần phải có giữa tình yêu và hôn nhân, bạn cũng đồng thời nhận ra được ranh giới phân biệt giữa hai mối quan hệ, và sự vượt qua đường ranh giới phân biệt ấy bao giờ cũng là một hành vi thiếu sáng suốt.

Khi thực sự yêu nhau, chúng ta luôn mong muốn những điều tốt đẹp cho nhau. Vì thế, bất cứ hành vi nào mang lại đau khổ cho người mình yêu đều không thể xem là xuất phát từ một tình yêu chân thật. Nếu chúng ta hiểu được điều này, chúng ta sẽ giữ gìn cho nhau để tình yêu mãi mãi là một quan hệ hồn nhiên, trong sáng. Cho dù các bạn có thực sự tiến tới hôn nhân hay không, thì những kỷ niệm đẹp về tình yêu ấy vẫn sẽ luôn sống mãi không phai mờ trong ký ức. Ngược lại, nếu các bạn buông thả phóng túng trong tình yêu, không biết gìn giữ cho nhau, thì những kỷ niệm về một mối tình như vậy chỉ có thể là những nỗi đau rất khó lòng xoa dịu, và hình ảnh người yêu sẽ không còn tươi đẹp trong ký ức chúng ta khi đã xa nhau.

Này người bạn trẻ, những gì bạn đã biết là quá ít để có thể hiểu hết được tầm quan trọng của hôn nhân. Nhưng không vì thế mà tôi khuyên bạn phải e dè, sợ sệt khi đến với tình yêu. Những tình cảm tự nhiên không có gì là sai trái, nhưng vấn đề là bạn cần có đủ sáng suốt để hiểu đúng về nó. Yêu nhau và cưới nhau là hai giai đoạn cần phải có sự phân biệt, và khoảng dừng giữa hai giai đoạn ấy chính là cơ hội để bạn có thể nhận thức vấn đề một cách khách quan và sáng suốt hơn trước khi đi đến quyết định quan trọng nhất của đời mình.

Trân trọng cuộc sống

Nếu tôi nói với bạn rằng cuộc sống này rất đẹp, có thể bạn sẽ hỏi tôi rằng: Nó đẹp như thế nào?

Này người bạn trẻ, đó là một câu hỏi không dễ trả lời. Thậm chí, nói một cách chính xác hơn thì đó là một câu hỏi mà tôi không thể trả lời cho bạn. Bạn chỉ có thể tự mình tìm kiếm và cảm nhận lấy câu trả lời ấy. Và một khi bạn đã làm được như thế, bạn mới thực sự biết yêu thương và trân trọng cuộc sống này!

Một người bạn họa sĩ có lần hỏi tôi: "Anh ngắm hoa như thế nào để thấy hết vẻ đẹp của hoa?" Tôi trả lời anh ta: "Nếu anh ngắm hoa vì muốn thấy hết vẻ đẹp của nó, anh sẽ không bao giờ đạt được ý nguyện. Thay vì vậy, anh hãy tiếp xúc với bông hoa."

Cuộc sống này cũng là một bông hoa, và là một bông hoa rất tuyệt vời. Nhưng cho dù đã có vô số những thơ, văn, nhạc, họa cố gắng miêu tả vẻ đẹp của cuộc sống, sự thành công của các nghệ sĩ trong lãnh vực này là vô cùng hạn chế. Chỉ có một số rất ít các nghệ sĩ bậc thầy là có thể truyền đạt được đến người xem, người nghe một phần nào đó những vẻ đẹp mà họ cảm nhận được... Vì thế, nếu bạn hỏi tôi rằng cuộc sống đẹp như thế nào, tôi nghĩ là tôi hoàn toàn không có khả năng để miêu tả điều đó cho bạn.

Khi tôi ngắm hoa, tôi không nghĩ là mình đang

tìm kiếm vẻ đẹp của bông hoa. Bông hoa là một thực thể trong cuộc sống. Tôi cũng là một thực thể trong cuộc sống. Tôi và hoa cùng hiện hữu. Tôi có mặt nơi đây cùng với bông hoa và cảm nhận được vẻ đẹp của nó, cả màu sắc và hương thơm, những đường nét tinh tế... Tôi không hề có ý niệm muốn chiếm hữu bông hoa hay vẻ đẹp của nó. Tôi hiện hữu cùng bông hoa và vì thế tôi tiếp xúc được với nó.

Bằng cách đó, tôi có được những rung động sâu xa nhất mà một tác phẩm nghệ thuật thiên nhiên tuyệt vời có thể mang lại cho con người. Tôi cảm nhận được hoàn toàn vẻ đẹp của bông hoa, mặc dù tôi chỉ có thể phác họa hoặc miêu tả lại vẻ đẹp ấy một cách rất hạn chế bằng khả năng diễn đạt rất tồi của mình. Nhưng nếu bạn cũng muốn cảm nhận trọn vẹn vẻ đẹp ấy, tôi mời bạn hãy tiếp xúc cùng bông hoa.

Để hiểu được cuộc sống này đẹp như thế nào, bạn cũng cần phải tiếp xúc thực sự chứ không phải là cất công đi tìm kiếm vẻ đẹp trong đó. Tất cả các bạn đều sẵn có khả năng tiếp xúc với đời sống để cảm nhận những vẻ đẹp ấy.

Khi bạn bận rộn quay cuồng với trăm công ngàn việc trong cuộc sống, điều đó không có nghĩa là bạn đang tiếp xúc cùng cuộc sống. Bạn có thể đã trải qua nhiều năm trong cuộc sống, nhưng có khi chưa một lần thực sự tiếp xúc cùng cuộc sống.

Bạn chỉ có thể tiếp xúc được với cuộc sống khi trăm công ngàn việc của bạn không còn là để nhắm đến những mục đích lo toan, tính toán, giành giật hay khao khát điều này, điều khác, mà chỉ là để cho bạn sống có ý nghĩa hơn. Khi không còn bị chi phối bởi những được, thua, hơn, thiệt... bạn mới thực sự có thể mở lòng tiếp xúc cùng cuộc sống. Đôi khi, tôi thích gọi những giây phút như thế này là sự dừng lại để nhận biết chính mình. Bởi vì chỉ khi nào bạn nhận biết chính mình, bạn mới có thể tiếp xúc được với cuộc sống đang tồn tại song hành cùng bạn.

Vì thế, tiếp xúc với cuộc sống là dừng lại mọi tham vọng, lo toan, tính toán, để tâm hồn trải rộng thênh thang và nhìn ngắm mọi sự vật trong bản chất sâu xa thực sự của chúng.

Khi ấy, bạn sẽ thấy dòng sông không chỉ là dòng sông, mà chính là sự luân lưu mầu nhiệm muôn đời của nước. Bạn thấy hơi nước bốc lên không trung, đọng thành những đám mây mát mẻ, và rơi xuống thành những cơn mưa làm tươi xanh vạn vật. Không có sự luân lưu mầu nhiệm ấy, dòng sông không thể tồn tại qua bao đời mà vẫn là dòng sông được...

Bạn cũng nhìn thấy chồi non đâm ra từ một cây xanh đã hàm chứa cả những cây xanh ngày mai trong nó. Cây và chồi nối tiếp nhau trong một chuỗi dài không dứt của sự hiện hữu nhiệm mầu mà không phải nhờ cậy vào bất cứ sự lo toan tính toán nào. Ngày xưa, vào độ tuổi cuối đời, Khổng Tử đã có lần dừng lại để tiếp xúc cùng cuộc sống. Khi ấy, ông đang đứng bên một dòng sông và đã cảm khái nói rằng: "Ta muốn im lặng không nói nữa! Trời có nói gì

đâu? Bốn mùa theo nhau tiếp nối, trời có nói gì đâu?"
(予欲無言. 天何言哉. 四時運行, 天何言哉. - Dư dục vô
ngôn! Thiên hà ngôn tai! Tứ thời vận hành, thiên hà
ngôn tai!).

Bạn cũng sẽ nhìn thấy hết thảy con người đều
là những thực thể rất tuyệt vời, mầu nhiệm. Mỗi
một con người đều là sự nối tiếp của một, hai, cho
đến vô số những thế hệ đã qua... Những gì chúng
ta nhìn thấy hôm nay là kết quả được truyền lại từ
những ngày xưa xa lắc xa lơ nhưng không hề mai
một, hư mất... Và một mai khi chúng ta không còn
nữa, vẫn sẽ có những con người nối tiếp sự hiện hữu
của chúng ta...

Bạn cũng sẽ nhìn thấy cả cuộc sống này là một
thực thể thống nhất nhiệm mầu. Từ không khí trong
lành ta đang hít thở, ánh nắng mai ấm áp trên những
bụi cây xanh... cho đến những áng mây đang vờn bay
xa tít tắp cuối chân trời... Tất cả đều quan hệ chặt
chẽ với ta, trong mối tương quan cùng nhau hiện
hữu. Mỗi một thực thể trong cuộc sống đều là điều
kiện tồn tại cho những thực thể khác, và đều không
thể tồn tại nếu không có sự tương tác lẫn nhau.

Khi nhìn vào một bát cơm, bạn sẽ thấy có bông
lúa trĩu hạt, có bác nông dân cày bừa khuya sớm,
có ánh nắng, cơn mưa, dòng nước mát đã nuôi lớn
đồng lúa xanh... Nếu không có bác nông dân cày bừa
khuya sớm, không có ánh nắng, cơn mưa, làm sao có
đồng lúa trĩu bông? Không có đồng lúa, làm sao có
bát cơm ta đang nhìn thấy?

Nhưng bác nông dân, ánh nắng, cơn mưa... lại tồn tại nhờ vào nhiều yếu tố khác nữa. Bác nông dân đã lớn lên nhờ khoai sắn ruộng vườn, nhưng cũng cần có quần áo để mặc, thuốc men khi bệnh tật, đèn dầu để thắp lúc về đêm... Vì thế cuộc sống của bác lại liên quan đến nhiều yếu tố khác nữa.

Mối tương quan chặt chẽ giữa các yếu tố trong cuộc sống không chỉ là sự tương tác cùng tồn tại. Đó còn là mối tương quan chuyển hóa từ yếu tố này thành yếu tố khác. Bạn sẽ không sao tưởng tượng nổi là năng lượng mặt trời mỗi ngày liên tục được chuyển hóa thành một khối lượng vật chất khổng lồ trên toàn thế giới. Và công việc nặng nề, to tát ấy lại được thực hiện bởi từng lá cây xanh nhỏ bé ở khắp nơi trên bề mặt của hành tinh, và có vô số những lá cây xanh như thế...

Khi phân rác hoai mục đi trong lòng đất, chúng được cây xanh hấp thụ để chuyển hóa thành hoa trái, rau củ... Vì thế, khi bạn nhìn vào một giỏ rác, bạn có thể thấy được những hoa trái, rau củ của ngày mai. Nhưng bạn cũng nhìn thấy những bông hoa đang tươi đẹp trong phòng rồi đây sẽ héo rũ và sẽ bị vứt vào giỏ rác. Trong cái tươi đẹp của hoa đã hàm chứa cái hôi hám của rác, và trong cái hôi hám của rác đã hàm chứa cái tươi đẹp của hoa.

Khi thực sự tiếp xúc với đời sống và hiểu được những mối tương quan giữa bản thân với vạn vật, bạn sẽ thấy lòng mình rộng mở hơn. Bạn cũng thấy cần phải sống có trách nhiệm hơn, vì cuộc sống của bản thân bạn luôn có mối liên quan đến tất cả mọi người.

Này người bạn trẻ, đến đây chắc hẳn bạn đã hiểu ra rằng chính sự tiếp xúc sâu xa với bản chất của mọi thực thể trong đời sống mới có thể giúp bạn cảm nhận được vẻ đẹp của cuộc sống, chứ không phải là những miêu tả mơ hồ qua thơ, ca, nhạc, họa...

Với sự tiếp xúc sâu xa này, bạn sẽ thấy rằng không chỉ những nét hoa mỹ, những biểu tượng thành công, giàu sang, khỏe mạnh... mới là tiêu biểu cho vẻ đẹp của cuộc sống. Ngay cả những gì không đẹp, khó khăn, nghèo khổ, tội lỗi... cũng là những yếu tố hàm chứa trong cuộc sống, và đều có liên quan chặt chẽ đến bản thân ta.

Và chính sự hiểu biết sâu xa về bản chất của đời sống sẽ giúp bạn cảm thấy trân trọng cuộc sống ngắn ngủi nhưng mầu nhiệm và quý giá này, cũng như hiểu ra được ý nghĩa và giá trị của từng phút giây ta đang được hiện hữu trong cuộc sống.

Xây dựng một đời sống đẹp là biết hòa nhập và thương yêu chia sẻ cùng tất cả, không phải là lựa chọn lấy những gì tốt đẹp để tôn thờ, theo đuổi. Chúng ta sẽ có nhiều niềm vui và hạnh phúc hơn khi ý thức được rằng chính bản thân mình đang góp phần làm đẹp hơn cho cuộc sống.

Thắp ngọn đuốc hồng

Truyền thống Thế vận hội vẫn lấy ngọn đuốc hồng đang cháy rực làm biểu tượng. Đó là một biểu tượng rất đẹp. Trước mỗi kỳ Thế vận hội, người ta tổ chức một cuộc chạy tiếp sức để các vận động viên mang ngọn đuốc truyền thống đến nơi đăng cai tổ chức. Và ngọn đuốc ấy sẽ cháy rực tại đây trong suốt những ngày diễn ra Thế vận hội. Ngọn đuốc tạo cho ta ấn tượng mạnh mẽ về tinh thần thể thao và thượng võ trong thi đấu, làm ta dễ dàng liên tưởng đến những nỗ lực phi thường của các vận động viên đến tham gia thi đấu và bầu nhiệt huyết luôn sục sôi của họ, nung nấu ý chí, quyết tâm giành chiến thắng.

Cuộc sống này sẽ lý tưởng biết bao nếu có thể trở thành một vận động trường Thế vận hội! Ở đó, tất cả chúng ta đều thi đấu trong tinh thần thượng võ, quyết tâm vượt qua chính mình để đạt thành tích, quyết tâm vượt qua người khác để giành chiến thắng, nhưng là bằng vào chính những nỗ lực tự thân chứ không phải là những mánh khóe, thủ đoạn...

Này bạn, có một ranh giới rất khó phân biệt giữa ý chí, quyết tâm vươn lên trong cuộc sống và tham vọng, hay sự ham muốn danh vọng, quyền lực...

Ở trường hợp thứ nhất, bạn sẽ nỗ lực, cố gắng hết sức để vượt qua chính mình và người khác, trở nên ngày càng tốt đẹp, hoàn thiện hơn.

Ở trường hợp thứ hai, bạn chấp nhận mọi phương cách, bất chấp mọi thủ đoạn, miễn sao có thể thỏa mãn sự khát khao có được danh vọng, quyền lực hơn người...

Cái ranh giới khó phân biệt này đôi khi có thể biến một người tốt đẹp, cao thượng trở thành người xấu xa, hèn hạ chỉ trong phút chốc. Một vận động viên chân chính có thể bỏ ra hàng năm trời nỗ lực rèn luyện để quyết tâm giành chiến thắng. Nhưng nếu ý chí quyết thắng mạnh mẽ của anh ta trong một giây phút nào đó vượt qua khỏi đường ranh giới mong manh để trở thành một tham vọng, anh ta sẽ có thể dùng những mánh khóe thủ đoạn để đạt được tham vọng của mình.

Sự khó phân biệt giữa hai khái niệm này còn thể hiện cả trong phạm trù ngôn ngữ. Hầu hết các từ điển Anh-Việt đang lưu hành của chúng ta đều chuyển dịch từ ambition (với tính từ tương đương ambitious) là tham vọng, và nhà trường vẫn đang dạy cho tất cả học sinh học hiểu như thế. Nhưng đây chính là sai lầm do không phân biệt được hai khái niệm vừa nói trên. Ambition trong tiếng Anh có nghĩa là một sự khao khát, quyết tâm phải đạt đến thành công (the desire or determination to be successful...), mà như vậy không phải là tham vọng - đó là ý chí, quyết tâm vươn lên. Tham vọng là một từ mang nghĩa tiêu cực, không được mấy ai hoan nghênh. Nếu ta bảo ai là có nhiều tham vọng, đó là một lời chê bai hơn là khen tặng. Nhưng ngược lại, một người xin việc làm ở phương Tây mà không có ambition thì ít có cơ may được nhận, hoặc nếu được nhận cũng khó có cơ hội thăng tiến. Người Anh xem đây là một ưu điểm chứ không phải một tính xấu. Hãy nghe một ông chủ người Anh nói về cô nhân viên cũ của mình: "She was intelligent but suffered from a lack of ambition." (Cô ấy thông minh nhưng có nhược điểm là thiếu ý chí vươn lên.)1

Ví dụ ngoài lề này cho chúng ta thấy sự mơ hồ khó phân biệt giữa một ý chí vươn lên trong cuộc sống với một tham vọng giành địa vị, quyền lực... Và trong nhiều trường hợp, nếu không tỉnh táo chúng ta sẽ rất dễ rơi vào sự nhầm lẫn, đánh mất đi giá trị chân thật vốn có của mình.

Trong cuộc sống này có không ít những con người nhiều tham vọng. Họ tranh giành nhau những gì họ muốn bằng đủ mọi mánh khóe, mưu mô... Và những con người như thế làm cho cuộc sống trở nên đáng ngờ vực, làm cho mọi người khác phải luôn luôn cảnh giác, đề phòng...

Nhưng trong Vận động trường Thế vận hội, tham vọng không được chấp nhận. Bạn chỉ có thể nỗ lực thi đấu hết mình với quyết tâm đạt đến thành công. Mọi mánh khóe để giành phần thắng về mình mà không dựa vào chính năng lực tự thân đều là phạm luật và sẽ bị tước bỏ.

Vì thế mà tôi nói rằng, cuộc sống này sẽ lý tưởng biết bao nếu có thể trở thành một vận động trường Thế vận hội. Bởi vì khi ấy những người dùng mưu mô, thủ đoạn để đạt được tham vọng sẽ bị xem là phạm luật và bị loại trừ, chỉ có những người nuôi ý chí vươn lên một cách chính đáng mới có thể tồn tại. Trong một cuộc sống như thế, sẽ không ai còn phải dè chừng, cảnh giác với những người chung quanh. Và như vậy thì cuộc sống sẽ tươi đẹp và cao quý hơn biết bao nhiêu!

Cho dù điều đó chỉ là một giấc mơ đẹp rất khó trở thành hiện thực, nhưng thực tế là mỗi chúng ta đều có thể trở thành một "vận động viên chân chính" giữa cuộc sống này. Và khi trong cuộc sống có được nhiều người như ta, điều chắc chắn là nó cũng sẽ tốt đẹp hơn.

Này người bạn trẻ, vì vậy tôi rất muốn mời bạn thắp lên ngọn đuốc hồng cho Thế vận hội của tất cả chúng ta. Vận động trường của chúng ta ở khắp mọi nơi, nên cuộc chạy tiếp sức của tất cả chúng ta có thể bắt đầu ngay từ lúc này.

Ngọn đuốc của chúng ta sẽ cháy lên bằng những chất liệu mà chính ta đã tích lũy được qua sự học tập và rèn luyện bản thân trong cuộc sống. Những chất liệu ấy là thương yêu và tha thứ, là tri thức và đạo đức, là ý chí và nỗ lực không ngừng học hỏi để vươn lên hoàn thiện chính mình, là những nền tảng tâm linh được truyền lại từ bao thế hệ cha ông đã qua, là những lý tưởng cao đẹp, những hoài bão thiết tha và những tình yêu trong sáng, rộng lớn... Không ai có thể mang đến cho ta những chất liệu ấy ngoài chính ta. Vì thế, khi mỗi chúng ta đều đã thắp lên một ngọn đuốc hồng, chúng ta sẽ cần phải tiếp tục gìn giữ và vun bồi những chất liệu ấy để giữ cho ngọn đuốc của ta có thể được mãi mãi rực sáng.

Cuộc sống này sẽ trở nên tươi đẹp với những ngọn đuốc của chúng ta. Và bản thân chúng ta sẽ vững vàng trên bước đường đi tới trong ánh đuốc rực rỡ tỏa sáng. Hơn thế nữa, bạn và tôi, chúng ta sẽ cùng nhau soi sáng cho cả vận động trường thế giới quanh mình.

Cách đây hơn 25 thế kỷ, một ngọn đuốc vĩ đại của cả nhân loại đã được thắp lên trên bầu trời Ấn Độ, và ánh sáng đó vẫn còn tỏa chiếu rực rỡ cho đến tận ngày nay, vượt qua thời gian và lan tỏa khắp không gian, soi sáng trên toàn thế giới. Con người vĩ đại đã thắp lên ngọn đuốc ấy là đức Phật Thích-ca Mâu-ni, người sáng lập và truyền bá đạo Phật.

Tất cả những gì mà chúng ta đang học hỏi và rèn luyện hôm nay để có thể giúp ta trở thành một con người tốt đẹp đều không nằm ngoài lời dạy của đức Phật. Và ngài cũng là người đầu tiên đập vỡ niềm tin sai lệch vào những sức mạnh siêu nhiên huyền bí ban phúc giáng họa, để chỉ rõ rằng con người chỉ có thể tự mình vươn lên hoàn thiện bản thân bằng ý chí phấn đấu, nỗ lực học hỏi và rèn luyện đúng hướng, chứ không thể cầu nguyện, mong chờ sự cứu giúp từ bất kỳ ai khác. Ngài đã đưa ra một lời khuyên bất hủ cho tất cả những ai tin theo ngài: "Hãy tự mình thắp đuốc lên mà đi."

Vì thế, ngọn đuốc của đức Phật đã thắp lên dù

là một ngọn đuốc vĩ đại nhưng tất cả chúng ta đều không thể dựa vào đó để đi tới. Chúng ta chỉ có thể nhận lấy ánh lửa rực sáng từ đó, và dùng lửa ấy để thắp lên ngọn đuốc của chính mình, soi sáng cho từng bước chân vững vàng đi tới trong cuộc sống. Và vì ngọn đuốc cháy sáng bằng những chất liệu của chính chúng ta, nên chất liệu càng dồi dào thì ánh đuốc sẽ càng rực sáng!

Trong đạo Phật có một pháp môn được truyền dạy trong kinh Duy-ma-cật, gọi là Vô tận đăng. Pháp môn ấy dạy rằng, sự hiểu biết chân chánh từ một người có thể được truyền dạy cho nhiều người khác. Mỗi một người khác lại có thể tiếp tục truyền dạy cho nhiều người khác nữa... Giống như một ngọn đèn có thể dùng để thắp lên nhiều ngọn đèn khác, rồi mỗi một ngọn đèn khác lại có thể dùng để thắp lên nhiều ngọn đèn khác nữa... Nhờ đó mà có vô số ngọn đèn được thắp lên. Nhờ đó mà có vô số con người được hiểu biết chân chánh, được hoàn thiện, và vì thế Chánh pháp sẽ không bao giờ diệt mất.

Này người bạn trẻ, đây là một hình ảnh đẹp và mang ý nghĩa vô cùng sâu sắc. Một ngọn đèn dù rực sáng đến đâu rồi cũng sẽ có lúc lịm tắt. Nhưng nếu nó được dùng để thắp lên những ngọn đèn khác thì ánh sáng sẽ không bao giờ tắt. Sự hiểu biết chân chánh nếu được truyền dạy cho nhiều người thì cũng sẽ không bao giờ mất đi.

Cũng vậy, ngọn đuốc của chúng ta dù đã được thắp lên, dù đã được nuôi dưỡng bằng những chất liệu tốt đẹp để có thể ngày đêm tỏa sáng, nhưng vấn đề không thể dừng lại ở đây, vì rồi cũng sẽ có một ngày ngọn đuốc ấy lịm tắt. Chúng ta có trách nhiệm phải giúp mọi người quanh ta cùng thắp lên những ngọn đuốc khác, để cùng nhau soi sáng cho cả thế giới này.

Này người bạn trẻ, chúng ta đã học xây dựng cộng đồng như một trong những phương thức để có thể đạt đến cuộc sống an vui, hạnh phúc thực sự. Nhưng nỗ lực của mỗi chúng ta, dù rất cần thiết, vẫn là chưa đủ. Chúng ta cần tích cực khuyến khích, động viên và nhắc nhở mọi người quanh ta cùng tham gia việc xây dựng cộng đồng. Đó chính là ta đang thắp lên nhiều ngọn đuốc khác để ánh sáng có thể mãi mãi không lịm tắt.

Chúng ta không nên cao ngạo hay tự mãn về những hiểu biết đã có của mình, mà chúng ta phải biết cách chia sẻ những điều tốt đẹp với mọi người chung quanh, để ai ai cũng có thể ý thức được việc tự hoàn thiện bản thân. Mỗi người có hoàn thiện thì cộng đồng này mới thực sự được hoàn thiện. Chúng ta không thể sống khép kín với những hiểu biết của mình mà gọi là cao quý hơn người, bởi vì như thế chỉ chứng tỏ là ta có học mà không có hành, không thực sự sống theo đúng với những hiểu biết tốt đẹp của mình. Chia sẻ những điều tốt đẹp với mọi người chung quanh cũng chính là giúp họ thắp lên vô số ngọn đuốc hồng, để ánh sáng sẽ không bao giờ lịm tắt.

Này người bạn trẻ, cách duy nhất để bạn có thể giữ cho một giọt nước tồn tại mãi mãi là phải cho nó vào biển nước.1 Trong cái mênh mông của đại dương ấy, mỗi giọt nước đều được tồn tại với bản chất của chính mình. Nếu không được ở trong đại dương, một giọt nước sẽ không tồn tại được bao lâu cả. Nó sẽ nhanh chóng bốc hơi và tan biến!

Mỗi chúng ta là một giọt nước. Chúng ta chỉ có thể tồn tại trong một đại dương quanh mình. Cá nhân ta chẳng có chút giá trị gì đáng để nhắc đến nếu như không phải là mỗi chúng ta đều có một cội nguồn sâu xa trong truyền thống dân tộc. Cội nguồn sâu xa đó truyền lại cho ta những giá trị mà tổ tiên ta đã tích lũy được, và bản thân ta có trách nhiệm phải giữ gìn để truyền lại cho những thế hệ mai sau. Mối tương quan gắn bó và tiếp nối giữa các thế hệ quá khứ, hiện tại và tương lai chính là đại dương mênh mông giúp ta có thể tồn tại mà vẫn giữ được những phẩm chất của riêng mình. Đây là lý do giải thích vì sao những kẻ mất gốc quên nguồn cội chỉ có thể sống một đời sống vật chất mà không bao giờ đạt được những giá trị tinh thần. Họ không còn là chính họ, bởi vì đã đánh mất đi mối liên hệ sâu xa với tổ tiên, truyền thống, giống nòi dân tộc. Họ như một giọt nước đang bốc hơi, rồi sẽ tan biến đi không để lại chút giá trị gì.

Cộng đồng quanh ta cũng là đại dương mênh mông giúp chúng ta tồn tại. Bạn không thể đạt được chút giá trị tự thân nào nếu không có những người quanh bạn. Và xét cho cùng thì rất nhiều trong những giá trị bạn có được là sự thừa hưởng, tiếp nhận từ người khác. Chúng ta chỉ có thể sống ý nghĩa, sống có ích trong một cộng đồng mà không bao giờ có thể tồn tại như một cá nhân riêng lẻ. Nhân loại là một cộng đồng lớn, một ngôi nhà chung, trong đó hàm chứa những cộng đồng dân tộc, cho đến làng xã, dòng tộc, gia đình... Nếu chúng ta tự tách mình ra khỏi cộng đồng hoặc không biết cách hòa nhập vào đó, chúng ta sẽ tự phủ nhận chính mình.

Như vậy là, dù có xét theo thời gian hay không gian, dù có nhìn từ bất cứ góc độ nào, chúng ta vẫn thấy mình là một giọt nước trong biển cả. Nhưng sự ý thức điều này không hề làm giảm đi giá trị tự thân của mỗi chúng ta, mà ngược lại nó còn là điều kiện để phát triển những giá trị tự thân ấy.

Nhiều người không hiểu được điều này. Thành Cát Tư Hãn không hiểu được điều này. Adolf Hitler cũng không hiểu được điều này. Họ đều là những cá nhân kiệt xuất, có được những tài năng mà hầu hết chúng ta không có. Nhưng họ không hiểu rằng, cho dù vậy họ cũng chỉ là những giọt nước không hơn không kém. Sự tồn tại và những giá trị tự thân của họ có quan hệ mật thiết đến sự tồn tại và giá trị tốt đẹp của toàn nhân loại. Họ đã đi ngược lại điều đó, đã bỏ cả một đời dùng tài năng để chinh phục toàn cầu và thực hiện những tham vọng điên cuồng của mình thay vì là góp sức xây dựng cộng đồng. Vì vậy, cuộc sống của họ là một sai lầm không nên lặp lại.

Không ai trong số họ có được cuộc sống an vui, hạnh phúc thực sự, và họ cũng chẳng để lại được gì tích cực cho nhân loại, mặc dù họ là những cá nhân rất kiệt xuất. Họ là những giọt nước đã bốc hơi!

Này người bạn trẻ, xin đừng làm một giọt nước bốc hơi! Hãy cảm nhận niềm hạnh phúc vô biên khi được tồn tại trong một đại dương mênh mông để không bao giờ cảm thấy cô đơn và tách biệt.

Này người bạn trẻ, mỗi một giá trị mà tự thân chúng ta đạt đến sẽ là vĩnh hằng nếu nó có thể trở thành những giá trị của cộng đồng, của nhân loại, và sẽ chẳng bao giờ tồn tại nếu đó chỉ là những giá trị của cá nhân ta.

Đại thi hào Nguyễn Du đã nằm xuống từ cách đây hai thế kỷ, nhưng vẫn còn sống mãi với tất cả chúng ta. Điều đó không chỉ là vì ông có tài văn chương kiệt xuất, mà chính là vì ông đã biết đau với những nỗi đau của người khác, của cộng đồng quanh ông, mà không phải là than khóc cho số phận của riêng mình. Giọt nước Nguyễn Du đã hòa vào đại dương dân tộc nên không thể bốc hơi tan biến. Rồi cả thế giới cũng công nhận tài năng và tấm lòng của ông, thế là giọt nước Nguyễn Du một lần nữa lại hòa vào lòng đại dương nhân loại. Một giọt nước như thế, làm sao còn có thể bốc hơi tan biến?

Này người bạn trẻ, thỉnh thoảng ta vẫn gặp trong cuộc sống này những giọt nước rất kiêu căng và ngu xuẩn. Khi còn được lấp lánh sáng dưới ánh mặt trời, chúng không chịu hòa vào lòng đại dương vì tưởng rằng vẻ đẹp của mình sẽ mãi mãi trường tồn. Những giọt nước tội nghiệp ấy đã chọn lấy con đường tự hủy diệt chính mình, bởi vẻ đẹp long lanh tạm bợ kia chẳng bao giờ có thể tồn tại được!

Này người bạn trẻ, ý nghĩa của đời sống là gì nếu không phải là sự an vui, hạnh phúc chân thật được cảm nhận trong từng phút giây hiện hữu? Và điều đó thì không ai có thể ban phát cho ta, mà mỗi chúng ta phải tự mình nỗ lực đạt đến. Nếu chúng ta không tự hoàn thiện bản thân mình, ta sẽ không bao giờ có được một cuộc sống thực sự an vui, hạnh phúc.

Khi bạn hiểu được điều đó, bạn sẽ có thể vững vàng đối mặt với những trở lực hay khó khăn trong cuộc sống. Bạn cũng sẽ bình thản ngay cả khi đối mặt với vấn đề sống chết, bởi một khi đã sống vui và sống có ích thì ta hoàn toàn không có gì phải tiếc nuối khi rời bỏ cuộc sống này.

Bạn có bao giờ quan sát những con thiêu thân lao mình vào ánh đèn rồi gục chết? Đời sống của một con thiêu thân thật quá ngắn ngủi so với đời sống của chúng ta. Có lần tôi đã ngồi nhìn đời sống ngắn ngủi của những con thiêu thân trôi qua như thế, và chợt nhận ra một điều là cuộc đời của mỗi chúng ta dù lâu dài hay ngắn ngủi cũng chẳng có gì quan trọng cả. Điều quan trọng chính là ở chỗ ta đã sống như thế nào và có thực sự đạt được an vui, hạnh phúc chân thật trong cuộc sống hay không. Nếu bạn đã biết qua thuyết tương đối của Albert Einstein, bạn sẽ thấy là cuộc đời này dài hay ngắn thật chẳng có liên quan gì đến ý nghĩa thực sự của nó, bởi vì dài hay ngắn cũng chỉ là những ý niệm tương đối mà thôi!

Nhưng hạnh phúc chân thật trong đời sống lại không phải một ý niệm tương đối, mà là một giá trị rất thật, một kết quả đạt được từ những nỗ lực liên tục trong việc hoàn thiện bản thân. Chỉ khi nào hiểu được điều này, bạn mới có thể cảm nhận được ý nghĩa thực sự của cuộc sống.

Thắp lên ngọn đuốc của chính mình là chúng ta góp phần soi sáng cả đất nước, cả thế giới. Chúng ta nói ra điều này như một sự thật và với tinh thần trách nhiệm đầy đủ của một con người mà không phải là cường điệu hóa vai trò của chính mình. Bởi vì cả đất nước này, thế giới này là gì nếu không phải là tập hợp của tất cả chúng ta - từng cá nhân riêng lẻ? Vì thế, chúng ta cần ghi nhớ điều này: hãy tự mình nỗ lực học tập và rèn luyện vươn lên như những cá nhân, nhưng đừng bao giờ nhận lấy về mình những giá trị đạt được. Mỗi một giá trị đạt được chính là phần đóng góp của chúng ta vào giá trị cộng đồng, và chỉ khi đã hòa vào cộng đồng thì những giá trị ấy mới có thể thực sự tồn tại. Hơn thế nữa, giá trị cao nhất mà mỗi chúng ta đều hướng đến là một cuộc sống an vui, hạnh phúc chân thật, mà điều đó lại không bao giờ có thể là vấn đề của riêng một cá nhân.

Khoa học kỹ thuật và nền văn minh công nghiệp đang phát triển như vũ bão, và điều đó làm cho rất nhiều người quên đi vai trò đóng góp của mỗi cá nhân, bởi vì điều đó đang ngày càng trở nên mờ nhạt.

Nhưng nếu mỗi chúng ta không tự mình thắp lên một ngọn đuốc hồng, thì ánh sáng văn minh nhân loại tất yếu sẽ có một ngày lịm tắt. Hơn thế nữa, không có ánh sáng từ ngọn đuốc của chính mình thì mỗi bước đi của chúng ta trong cuộc sống không thể được soi sáng.

Này người bạn trẻ, vì thế mà sau hơn 25 thế kỷ đã trôi qua, tôi vẫn tha thiết muốn nhắc lại với chính mình và với tất cả các bạn một lời khuyên của người đi trước: "Hãy tự mình thắp đuốc lên mà đi!"

Lời chia tay

ày người bạn trẻ, xin cảm ơn bạn đã lắng nghe tôi trong suốt buổi chuyện trò. Có thể là còn có những vấn đề chúng ta chưa hoàn toàn đồng ý với nhau. Điều đó không hề gì, tôi vẫn luôn khuyến khích các bạn hãy mạnh dạn đưa ra những nhận xét, quan điểm của chính mình, và nếu cần hãy bảo vệ chúng, nhưng phải là với một nhận thức đầy đủ và tôn trọng những gì thuộc về nguyên tắc chung.

Con đường phía trước còn dài lắm, và bạn cũng chỉ mới bắt đầu việc xây dựng những ước mơ, lý tưởng, hoài bão và tình yêu của mình. Nhưng những gì có được hôm nay sẽ là hành trang tiếp tục đi theo bạn trong suốt cuộc đời này. Vì thế, tôi mong sao bạn sẽ có được những ước mơ thật đẹp, những lý tưởng thật cao quý, những hoài bão thật lớn lao, cũng như những tình yêu thật bao la và trong sáng.

Một đời rồi sẽ trôi qua, và một mai khi nằm xuống từ giã cuộc sống này, trong số các bạn có thể có những vĩ nhân được dựng tượng đồng kỷ niệm, và cũng lắm kẻ vô danh tiểu tốt không mấy người biết đến. Nhưng với tôi thì sự khác biệt ấy không có gì quan trọng, mà điều quan trọng hơn chính là việc các bạn đã sống như thế nào.

Nói như thế không có nghĩa là tôi xem thường các bậc vĩ nhân. Nhưng sự thật là, điều gì làm cho bạn trở thành một vĩ nhân? Đó chỉ là những gì mà người khác có thể nhìn thấy hoặc biết được nơi bạn. Còn có vô số những tố chất khác trong một con người mà người khác không thể nhìn thấy hay hiểu hết. Những điều đó chỉ có bản thân mỗi người tự nhận biết mà thôi. Vì thế, tôi không dám cho rằng một người tầm thường ít ai biết đến là thua kém một vĩ nhân được nhiều người ca tụng, đơn giản chỉ là vì đối với cả hai người tôi đều không hiểu hết. Bạn biết không, sự thật là có rất nhiều vĩ nhân đã nằm xuống như những người tầm thường, để rồi nhiều năm sau nhân loại mới phát hiện ra họ là những vĩ nhân! Điều gì sẽ xảy ra nếu người ta mãi mãi không nhận biết họ là những vĩ nhân? Theo tôi, sự thật mà chúng ta phải thừa nhận là điều đó chẳng có gì liên quan đến bản thân họ cả!

Vì thế, điều quan trọng của mỗi chúng ta là phải biết sống như thế nào để có thể tự mình cảm nhận được ý nghĩa thực sự của đời sống. Sự đóng góp của mỗi chúng ta cho cuộc sống này chính là ở chỗ chúng ta đã biết sống và cảm nhận đời sống, chứ không phải ở chỗ chúng ta sẽ để lại được gì cho người khác sau khi nhắm mắt lìa đời. Tuy nhiên, như một hệ quả tất yếu, nếu bạn thực sự sống một cuộc sống có ý nghĩa, bạn sẽ mang đến rất nhiều quà tặng cho cuộc sống, cho mọi người chung quanh, ngay khi bạn đang hiện hữu và cả sau khi bạn từ giã cuộc sống này. Những vĩ nhân thực sự của nhân loại chưa có ai theo đuổi giấc mộng trở thành vĩ nhân, nhưng tất cả các vị ấy đều là những người biết sống, sống hết mình và sống có ý nghĩa.

Những điều tôi vừa nói là những gì mà bạn hoàn toàn có thể cảm nhận được chứ không phải là một thứ lý thuyết cao xa trừu tượng. Bởi vì không có bất cứ một điều gì có thể xem là giá trị nếu như bạn còn hoang mang chưa biết phải sống như thế nào mới thực sự là có ý nghĩa, chưa cảm nhận được giá trị mầu nhiệm và quý giá của đời sống ngay trong những giây phút hiện tại này.

Niềm hy vọng nhỏ nhoi của tôi là qua tập sách này, bạn sẽ có được một vài điều đồng cảm với thế hệ những người đi trước, những người mà phần lớn các bạn vẫn cho là nghiêm khắc và bảo thủ. Nhưng bạn ơi, điều đó cũng chỉ hoàn toàn xuất phát từ một tình thương yêu và muốn trao truyền lại cho bạn những giá trị tốt đẹp nhất mà thôi.

Một khi bạn đã thực sự chứng tỏ sự trưởng thành của mình trong cuộc sống, sẽ không ai còn phải lo lắng về từng ý tưởng, lời nói hay việc làm của bạn nữa.

Và như tôi đã nói, không phải những việc làm "giống như người lớn" sẽ chứng tỏ sự trưởng thành của bạn, mà chính là một thái độ nghiêm túc nhận hiểu việc mình làm cũng như tinh thần trách nhiệm đối với việc làm ấy. Nếu bạn đã được như thế, cho dù bạn chỉ là một người công nhân nghèo hay cô thợ may tỉnh lẻ, tôi tin chắc rằng cũng không ai dám khinh thường các bạn.

Nhưng tôi vẫn mong muốn sao cho các bạn đều là những bác sĩ giỏi, những kỹ sư tài ba, những giảng viên uyên bác... Bởi vì xét cho cùng thì tất cả các bạn đều sẵn có những khả năng để trở thành như thế. Nếu các bạn thực sự đánh thức được giấc mơ Phù Đổng đang ngủ sâu trong tiềm thức của mình, thì một lần vươn vai đứng dậy của các bạn sẽ không có gì là không thể làm được!

Tôi không muốn dài dòng kể lể về những tấm gương vượt khó để các bạn noi theo, vì tôi biết điều đó cũng không tạo được mấy hứng thú nơi các bạn. Nhưng bạn ơi, trong lòng các bạn đang sẵn có một cậu bé làng Gióng vẫn còn ngủ yên, chỉ cần bạn đánh thức cậu ta dậy thì tương lai rộng mở trong cuộc đời này chính là của bạn. Hãy ôm lấy và mở lòng cảm nhận để biết trân trọng từng phút giây mầu nhiệm của đời sống, và hãy thận trọng trong từng ý tưởng, lời nói hay việc làm để luôn luôn sống một đời sống có ích cho chính bản thân và cho tất cả mọi người.

Chào thân ái

Nguyên Minh